ലോകചരിത്രം കുട്ടികൾക്ക്

lokacharithram kuttikalkku
balasahityam
•
g d nair
•
first chintha edition
august 2011
•
second edition
march 2013
•
third edition
february 2016
•
second impression
january 2021
•
typesetting & published
chintha publishers, thiruvananthapuram
•
cover
anas rashad
•

വിതരണം

ദേശാഭിമാനി ബുക്ക് ഹൗസ്
H O തിരുവനന്തപുരം-695 035
phone: 0471-2303026, 6063026
www.chinthapublishers.com
chinthapublishers@gmail.com

ബ്രാഞ്ചുകൾ

ഹെഡ്ഓഫീസ് ബ്രാഞ്ച് കുന്നുകുഴി • സ്റ്റാച്യു തിരുവനന്തപുരം • കെ എസ് ആർ ടി സി ബസ് സ്റ്റേഷൻ ആലപ്പുഴ • കെ എസ് ആർ ടി സി ബസ് സ്റ്റേഷൻ എറണാകുളം • മച്ചിങ്ങൽ ലെയ്ൻ തൃശൂർ • ഐ ജി റോഡ് കോഴിക്കോട് • മാവൂർ റോഡ് കോഴിക്കോട് • എൻ ജി ഒ യൂണിയൻ ബിൽഡിങ് കണ്ണൂർ • സെൻട്രൽ ബസ് ടെർമിനൽ കോംപ്ലക്സ് താവക്കര കണ്ണൂർ

CR - 1493 / 3858
ISBN - 978-93-85045-96-7

ലോകചരിത്രം കുട്ടികൾക്ക്

(ബാലസാഹിത്യം)

ജി ഡി നായർ

ചിന്ത പബ്ലിഷേഴ്സ്
തിരുവനന്തപുരം-695 035

ജി ഡി നായർ

ജി ദാമോദരൻനായർ എന്ന ജി ഡി നായർ 1966 മുതൽ 1997 വരെ പയ്യന്നൂർ മുനിസിപ്പൽ സ്കൂളിൽ അധ്യാപകൻ. അധ്യാപകസംഘടനാപ്രവർത്തകൻ. സർവീസിൽനിന്ന് വിരമിക്കുമ്പോൾ കെ എസ് ടി എ യുടെ സംസ്ഥാനവൈസ് പ്രസിഡന്റ്. ലൈബ്രറി കൗൺസിലിന്റെ കണ്ണൂർ ജില്ലാ സെക്രട്ടറിയായും പ്രവർത്തിച്ചിട്ടുണ്ട്. 2005–10 വർഷങ്ങളിൽ പയ്യന്നൂർ നഗരസഭാ ചെയർമാൻ.
പ്രസിദ്ധീകരിച്ച കൃതികൾ : *മലബാറിലെ ട്രേഡ്യൂണിയൻ പ്രസ്ഥാനത്തിന്റെ ചരിത്രം, കേരളത്തിലെ അധ്യാപകപ്രസ്ഥാനത്തിന്റെ ഒരു ചരിത്രം* (സി ഭാസ്കരനുമൊത്ത്), *പയ്യന്നൂർ ചരിത്രവും സമൂഹവും* (പ്രൊഫ. ടി പവിത്രനുമൊത്ത്), *പി കണ്ണൻനായർ* (ജീവചരിത്രം), *കേരളചരിത്രം കുട്ടികൾക്ക്, മണ്ണുചുവപ്പിച്ച കഥ, ഇന്ത്യാ ചരിത്രം കുട്ടികൾക്ക്* (ബാലസാഹിത്യങ്ങൾ).

ഭാര്യ : കെ ശാന്തമ്മ
മക്കൾ : ശ്രീലേഖ, മനോജ്, സുനിൽ
വിലാസം : എ കെ ജി മന്ദിരം
പയ്യന്നൂർ പി ഒ
കണ്ണൂർ

ഉള്ളടക്കം

ആമുഖം

ലോകചരിത്രത്തിന്റെ രചനാവഴികളിൽ എത്രയോ പേർ സഞ്ചരിച്ചിട്ടുണ്ട്. പാശ്ചാത്യരാണ് അതിന് ആരംഭം കുറിച്ചത്. പിന്നീടു വന്നവരും അതിനെ പിൻപറ്റിയതേയുള്ളൂ. ലോകത്തെ കീഴടക്കിനിറുത്തിയവർ അവരുടെ മഹത്വം വിളംബരം ചെയ്യാനാണ് ആദ്യകാലത്ത് ചരിത്രരചനയെ ഉപയോഗിച്ചത്. ചരിത്രം നിർമിക്കുന്ന മനുഷ്യരോ അവരുടെ അധ്വാനപ്രവർത്തനങ്ങളോ ചരിത്രത്തിൽ അന്നു വിഷയീഭവിച്ചില്ല.

കാൾ മാർക്സും എംഗൽസുമാണ് ചരിത്രരചനയ്ക്ക് ഒരു പുതിയ ദിശാബോധം നൽകിയത്. ശാസ്ത്രത്തിന്റെ ചരിത്രത്തിൽ, ചരിത്രത്തിന്റെ ശാസ്ത്രം എന്ന പുതിയ അധ്യായം എഴുതിച്ചേർക്കുകയായിരുന്നു അവർ.

സമൂഹം മാറ്റത്തിനും ചലനത്തിനും വിധേയമാണ്. മനുഷ്യന്റെ കൂട്ടായ അധ്വാനപ്രവർത്തനങ്ങളാണ് മാറ്റത്തിന് നിദാനം. അതിനാൽ മനുഷ്യനാണ് ചരിത്രം നിർമിക്കുന്നത്.

ചരിത്രം കാലമാണ്. കാലം അനുസ്യൂതമായ പ്രവാഹവും. അതിനിടയിൽ പഴയത് കൊഴിയുകയും പുതിയത് പിറവിയെടുക്കുകയും ചെയ്യുന്നു. സമൂഹവും മാറ്റത്തിന് വിധേയമാണ്. ചരിത്രം പുതിയ സമൂഹനിർമാണത്തിനുള്ള ഇന്ധനവുമാണ്.

കാലപ്രവാഹത്തോടൊപ്പം കണ്ണിചേർന്ന് പാരാവാരംപോലെ പരന്നുകിടക്കുന്നതാണ് ലോകചരിത്രം. അതാകെ ഒരു കൈക്കുടന്നയിൽ ഒതുക്കുക ദുഷ്കരംതന്നെ. എന്നാൽ, അവയിൽ ചിലത് ഉൾച്ചേർക്കാനും ഏറെ പ്രാധാന്യമുള്ളവ വിട്ടുപോകാതിരിക്കാനും ശ്രമിച്ചിട്ടുണ്ട്.

തുടരന്വേഷണങ്ങൾക്ക് ഒരു പ്രേരണ, നാം ജീവിക്കുന്ന ലോകത്തെക്കുറിച്ച് സാമാന്യധാരണ ഇതാണ് ലക്ഷ്യം.

കുട്ടികൾ തീരുമാനിക്കട്ടെ.

പുസ്തകം പ്രസിദ്ധീകരിക്കാൻ സഹായിച്ചവർ ഏറെയുണ്ട്. 'എതിർ ദിശാ'പ്രവർത്തകരോടും അവതാരിക എഴുതിയ ഇ പി രാജഗോപാലനും ചിന്ത പബ്ലിഷേഴ്സിനും എല്ലാവർക്കും നന്ദി.

ജി ഡി നായർ

അവതാരിക

'ലൗകികം'

ഇ പി രാജഗോപാലൻ

ലോകത്തിന് ഇന്ന് പൊതുവെ അംഗീകരിക്കുന്ന ഒറ്റയർഥം മാത്രമല്ല ഉള്ളത്. ഈരേഴ് പതിനാല് ലോകങ്ങളെപ്പറ്റി ഇന്ത്യൻ പുരാണങ്ങളിലുണ്ട്. ജനം, ജനക്കൂട്ടം, സമൂഹം, കാഴ്ച എന്നെല്ലാം ലോകശബ്ദത്തിന് അർഥമുണ്ട്. പക്ഷേ, ലോകം എന്ന വാക്ക് 'world' ന്റെ മലയാളമായിട്ടാണ് ഇന്ന് പ്രത്യക്ഷപ്പെടുക. ഭൂലോകം എന്ന് പണ്ട് വേറെ തന്നെ പറഞ്ഞിരുന്നതിനെയാണ് ലോകം എന്ന് ഇന്ന് വിളിക്കുന്നത്. ലോകം എന്ന വാക്ക് കേൾക്കുമ്പോൾ ഭൂപടമാവാം മനസിൽ തെളിയുന്നത്; ഗ്ലോബുമാവാം. വിവിധ രാജ്യങ്ങൾ, സംസ്കാരങ്ങൾ, അധിനിവേശങ്ങൾ, വിപ്ലവങ്ങൾ, വിഭവങ്ങൾ ഇവയൊക്കെയും അടുത്തമാത്രയിൽ തെളിയും.

ഇത്തരത്തിലുള്ള ഒരു ലോകസങ്കൽപ്പം പ്രചരിപ്പിച്ചത് കൊളോണിയൽ നാളുകളാണ്. പഴയ ഭൂഖണ്ഡാന്തര സഞ്ചാരികളെക്കാൾ ഫലപ്രദമായി വൈവിധ്യത്തെയും വിഭവസാധ്യതയെയും മുൻനിർത്തി ലോകത്തെ നിർവചിക്കാൻ സാമ്രാജ്യത്വശക്തികൾക്ക് കഴിഞ്ഞു. മുതലാളിത്തം രാജ്യാതിർത്തികൾവരെ അപ്രസക്തമാക്കുന്ന പ്രതിഭാസമായിട്ടാണ് പ്രവർത്തിക്കുന്നത് എന്നും ഇത് വിശ്വസാഹിത്യംപോലുള്ള സങ്കൽപ്പങ്ങൾക്ക് ജന്മം കൊടുത്തു എന്നും *കമ്യൂണിസ്റ്റ് മാനിഫെസ്റ്റോ* പറയുന്നത് ഓർക്കാം. മാർക്സിന്റെ ലോകസംബന്ധിയായ മറ്റൊരു നിരീക്ഷണം മുതലാളിത്തം സൃഷ്ടിച്ച ലോകചരിത്രം അതിനറിയുന്ന ചരിത്രത്തെ ലോകചരിത്രമായി അവതരിപ്പിച്ചു എന്നാണ്. അതിന് പുറത്തും നിരവധി ദേശങ്ങളും സംസ്കൃതികളും ഉണ്ട് എന്ന കാര്യം മറന്നുകൂടാ എന്ന് മാർക്സ് ഓർമിപ്പിക്കുന്നുണ്ട്. ഇതിന്റെയർഥം ലോകത്തെ വേറെ രീതിയിൽ കാണാനുള്ള ശ്രമങ്ങൾ വേണം എന്നാണ്.

യാത്രയുടെയും വിനിമയത്തിന്റെയും വലിയ സാധ്യതകൾ ഒരുക്കുന്ന ഉയർന്ന സാങ്കേതികവിദ്യകളിലൂടെ ലോകത്തെക്കുറിച്ചുള്ള പ്രതീതി

വീണ്ടും മാറുന്നുണ്ട്. വിദൂരദേശങ്ങൾ ഇന്ന് അത്രയൊന്നും വിദൂരങ്ങളല്ല. ആഗോളീകരണം കൂടുതൽ വിദേശയാത്രകളുടെ, രാജ്യാന്തരതൊഴിലന്വേഷണങ്ങളുടെ 'കുടിയേറ്റങ്ങളുടെ' സന്ദർഭമായി കൂടി മാറുന്നതും, ലോകം എന്ന സങ്കൽപ്പത്തിൽ സ്വാധീനം ചെലുത്തുന്ന ഒരു പുതിയ കാര്യമാണ്.

കുട്ടികൾ ലോകത്തെ ശാസ്ത്രീയമായി അറിയണം എന്ന താൽപ്പര്യം മുൻനിർത്തി ജി ഡി നായർ എന്ന അധ്യാപകനും രാഷ്ട്രീയപ്രവർത്തകനുമൊക്കെയായ എഴുത്തുകാരൻ ഒരു ചെറിയ പുസ്തകമെഴുതുമ്പോൾ അദ്ദേഹത്തിന്റെ മുന്നിൽ ഇത്രയും യാഥാർഥ്യങ്ങൾ നിരന്നു നിൽക്കുന്നുണ്ട്. അവയെ യഥാർഹം പരിഗണിക്കുകയും അതേസമയം വായനയുടെ ഒഴുക്കിന് തടസമാവാതെ ഒരു ആഖ്യാനം സാധ്യമാക്കുകയും ചെയ്യുക എന്നതാണ് വെല്ലുവിളി. ഇത് ഏറ്റെടുക്കാൻ എഴുത്തുകാരന് കഴിഞ്ഞിട്ടുണ്ട്. ലോകം എന്ന വൈപുല്യത്തെ അവതരിപ്പിക്കുന്നു; അത് എല്ലാത്തരം സാമ്പത്തിക-സാംസ്കാരികക്രമങ്ങളിലും സ്ഥിതിചെയ്യുന്ന രാജ്യങ്ങളെക്കൂടി പരിഗണിച്ചുതന്നെയാവണം എന്ന കാര്യത്തിൽ ശ്രദ്ധിക്കുന്നു; ചരിത്രം ചലിക്കുന്നത് സകാരണമാണ് എന്ന് തെളിയിക്കുന്നു; ഭൂവ്യവസ്ഥയും മനുഷ്യജീവിതവും തമ്മിലുള്ള ബന്ധത്തെ വിശകലനം ചെയ്യുന്നു; സമരങ്ങളുടെയും വിപ്ലവങ്ങളുടെയും സ്വഭാവവും പ്രാധാന്യവും എടുത്തുപറയുന്നു; ലോകചരിത്രത്തിലെ നാഴികക്കല്ലുകൾ എന്ന് പൊതുവേ കരുതപ്പെടുന്ന ഒരു സംഭവവും യാദൃച്ഛികമല്ല എന്ന് സ്ഥാപിക്കുന്നു; ലോകത്തിന്റെ ഭാഗമായി ഇന്ത്യയെയും കേരളത്തെയും കാണുന്നു - ഇത്രയും കാര്യങ്ങൾ ഭംഗിയായി ചെയ്യാൻ ഗ്രന്ഥകാരന് കഴിഞ്ഞിട്ടുണ്ട്.

ഇത് കുട്ടികളടക്കമുള്ള വായനക്കാർക്ക് ഇഷ്ടപ്പെടുന്ന ശൈലിയിലാവാനും ശ്രദ്ധിച്ചിരിക്കുന്നു. ഫ്രഞ്ച് വിപ്ലവത്തെക്കുറിച്ചുള്ള ആഖ്യാനം തുടങ്ങുന്നത് 'പ്രഭുക്കന്മാർ പോരാടുന്നു; സാധാരണക്കാർ നികുതി കൊടുക്കുന്നു' എന്ന പഴമൊഴി ഉദ്ധരിച്ചുകൊണ്ടാണ്. ഇത് ആ ചരിത്രത്തിലേക്ക് വായനയെ പെട്ടെന്നാകർഷിക്കാം. അതേസമയം ആ ചൊല്ല് ഫ്രഞ്ചുവിപ്ലവത്തിന്റെ മൂലകാരണങ്ങളിലൊന്നിനെ സ്പർശിക്കുന്ന ഒന്നുമാണ്. ഇങ്ങനെ ലഭ്യമായ വസ്തുതകളെ ഔചിത്യത്തോടെ ഒതുക്കാൻ ഗ്രന്ഥകാരൻ സദാ ശ്രദ്ധിക്കുന്നു. കിട്ടിയ വിവരങ്ങളൊക്കെ യാന്ത്രികമായി അണിനിരത്താനല്ല, അതിന്റെ ആക്കവും തൂക്കവും അറിഞ്ഞ് വിന്യസിക്കാനാണ് ശ്രമിച്ചിരിക്കുന്നത്. അതിനാൽ രചനയ്ക്ക് ആത്മഗൗരവം കൈവന്നിരിക്കുന്നു.

കുട്ടികളുടെ ജീവിതത്തിൽ യഥാർഥത്തിൽ ഇല്ലാത്ത അളവിലുള്ള ലാളിത്യം ഉണ്ടെന്ന് സ്ഥാപിച്ചുകൊണ്ട് എന്തിനെയും ലളിതവൽക്കരിച്ച് കൊഞ്ചൽപോലെയാക്കുന്ന ഒരുതരം ചീത്തബാലസാഹിത്യമെഴുത്ത് മലയാളത്തിൽ നിലവിലുണ്ട്. ലാളിത്യം നല്ലതുതന്നെ-ലളിതവൽക്കരണം തെറ്റായ നടപടിയാണ്. ഈ പുസ്തകം ഇത്തരമൊരു അപകടത്തിൽനിന്ന് മുഴുവനായും വിട്ടുനിൽക്കുന്നുവെന്ന് കാണുന്നതിൽ സന്തോഷമുണ്ട്.

ഇതിൽ തെളിയുന്ന കേന്ദ്രപ്രമേയം അധ്വാനിക്കുകയും സമരം ചെയ്യുകയും ചെയ്യുന്ന മനുഷ്യർ എന്നതാണ്. ഇവരാണ് മാറ്റങ്ങളുണ്ടാക്കുന്നത്. ഇന്ന് സമരങ്ങൾ തെറ്റാണ്- സന്ധിചെയ്ത് വ്യവസ്ഥയുടെ ആനുകൂല്യങ്ങൾ ആവോളം ആസ്വദിക്കലാണ് നല്ലത് എന്ന നിർദേശം മുതലാളിത്തകേന്ദ്രങ്ങളിൽ നിന്നുമാത്രമല്ല, മറ്റു വേദികളിൽനിന്നുകൂടി മുഴങ്ങുമ്പോൾ അതിലെ ചരിത്രവിരുദ്ധതയുടെ ആഴമെന്തെന്ന് അറിയാൻ ഈയൊരു സമീപനം സഹായിക്കും.

അധ്യാപകജീവിതകാലത്തെ പൊതുപ്രവർത്തകനായിരുന്നു ജി ഡി നായർ. കഴിഞ്ഞ അഞ്ചുകൊല്ലം ഒരു നഗരസഭയുടെ ഭരണകർത്താവും. ഈ തിരക്കുകൾക്കിടയിൽ ഇത്തരം എഴുത്തുകൾക്കായി സമയം കണ്ടെത്തുന്നത് ചിലർക്കെങ്കിലും അതിശയകരമായി തോന്നാം. ജി ഡി നായർ ഇത് ചെയ്യുന്നത് പൊതുപ്രവർത്തനത്തിന്റെ ഭാഗമെന്ന നിലയിൽത്തന്നെയാണ്. കാര്യങ്ങൾ അടുക്കും ചിട്ടയും നിലനിർത്തിക്കൊണ്ട് അറിയുക- അറിവിന്റെ അടിസ്ഥാനത്തിൽ, അനുഭവങ്ങളെ ഉൾക്കൊണ്ട് പ്രവർത്തിക്കുക എന്നതാണ് അദ്ദേഹത്തിന്റെ രീതി. ഈയൊരു പശ്ചാത്തലംകൂടി അദ്ദേഹത്തിന്റെ പുസ്തകങ്ങൾക്കുണ്ട് എന്ന് ഓർത്തുകൊണ്ട് ഈ കയ്യൊതുക്കമുള്ള, പ്രയോജനം ചെയ്യുന്ന, വൈരസ്യമുണ്ടാക്കാത്ത ലോകചരിത്രപുസ്തകം സന്തോഷത്തോടെ വായനാസമൂഹത്തിന് മുന്നിൽ അവതരിപ്പിക്കുന്നു; വസ്തുക്കളുടെ തടവറകളല്ല, തുറസ്സുകളാണ് ഇതിൽ വായനക്കാർ കണ്ടെത്തുക എന്ന് ഉറപ്പുതരുന്നു.

1

ഭൂമി, മനുഷ്യൻ

അനന്തമജ്ഞാതമവർണനനീയ-
മീലോകഗോളംതിരിയുന്നമാർഗം
അതിങ്കലെങ്ങാണ്ടൊരിടത്തിരുന്നു
നോക്കുന്നമർത്ത്യൻകഥയെന്തുകണ്ടു?

നാലപ്പാട്ട് നാരായണമേനോൻ പാടിയതുപോലെ ഈ ഭൂഗോളം വഴിതെറ്റാതെ സദാ കറങ്ങിക്കൊണ്ടിരിക്കുന്നത് വിസ്മയകരം തന്നെ. ഭൂമിയെക്കുറിച്ച് ചിന്തിച്ചാൽ നൂറുകൂട്ടം സംശയങ്ങളാണ് മനസിൽ ഉറന്നുവരുന്നത്.

ഭൂമി എങ്ങനെ ഉണ്ടായി? എപ്പോഴാണ് ഉണ്ടായത്? ജന്തുജാലങ്ങളും വൃക്ഷലതാദികളും തുടക്കത്തിലെ ഉണ്ടായിരുന്നോ? കടലും പുഴയും മലയും രൂപപ്പെട്ടതെങ്ങനെ?... തീരാത്ത സംശയങ്ങൾ

എല്ലാറ്റിനും കൃത്യമായ ഉത്തരം വേണം. ശരിയായ ഉത്തരം കണ്ടെത്തണം. അതിനായി പല വിഭാഗത്തിൽപ്പെട്ട ശാസ്ത്രജ്ഞന്മാർ പരിശ്രമിച്ചുകൊണ്ടിരിക്കുകയാണ്. അതിനിടയിൽ പല പുതിയ വിവരങ്ങളും ലഭിച്ചിട്ടുമുണ്ട്. ശാസ്ത്രകാരന്മാർ പ്രകൃതിയിലെ എല്ലാ രഹസ്യങ്ങളും മറനീക്കി കാണിക്കാനാണ് ശ്രമിച്ചുകൊണ്ടിരിക്കുന്നത്. ചുട്ടുപഴുത്തും കത്തിജ്വലിച്ചുകൊണ്ടുമിരുന്ന സൂര്യഗോളത്തിൽനിന്നും പൊട്ടിത്തെറിച്ച് ഒരു കഷ്ണം വേർപെട്ടു. കഷ്ണം എന്നതുകൊണ്ടു ചെറുതാണെന്നു കരുതേണ്ട. വളരെ വലുതുതന്നെ. സൂര്യന്റെ ആകർഷണവലയത്തിൽപ്പെട്ട് അതും ചുറ്റിക്കറങ്ങാൻ തുടങ്ങി. 200 കോടി വർഷങ്ങൾക്കു മുമ്പാണ് ഇങ്ങനെ സംഭവിച്ചതെന്ന് ശാസ്ത്രജ്ഞന്മാർ സിദ്ധാന്തിക്കുന്നു. സൂര്യനിൽനിന്നു വേർപെട്ട ഭാഗവും ചുട്ടുപഴുത്ത് അത്യുഗ്രമായി തിളച്ചുമറിഞ്ഞുകൊണ്ടിരുന്നു. അതിന്റെ ഉപരിതലം അനേകകോടിവർഷങ്ങൾകൊണ്ട് തണുത്തുറച്ചു. അപ്പോഴും അന്തർഭാഗം തിളച്ചു മറിയുകയായിരുന്നു.

ഭൂമി തണുത്തുറഞ്ഞപ്പോൾ നീരുവറ്റിയ നാരങ്ങപോലെയായി. അതിന്റെ ഉപരിതലത്തിൽ പല വളവുകളും ചുളിവുകളുമുണ്ടായി. ഉയർച്ചയും താഴ്ചയുമുള്ള പ്രദേശങ്ങളായി. ഉയർന്നവ പർവതങ്ങളും താഴ്ന്ന പ്രദേശങ്ങൾ സമുദ്രങ്ങളുമായി രൂപാന്തരപ്പെട്ടു. കോടിക്കണക്കിന് വർഷങ്ങൾ കൊണ്ടാണ് ഭൂഗോളത്തിൽ ജലമുണ്ടായത്. ആദ്യം വെള്ളം നീരാവിയുടെ രൂപത്തിലായിരുന്നു. ഭൂമി തണുക്കുന്നതിനനുസരിച്ച് നീരാവി കട്ടികൂടിയ മേഘങ്ങളായി; മേഘങ്ങൾ മഴയായി വർഷിച്ചു. ഭൂമിയിൽ കടലും കായലും മറ്റുമുണ്ടായി. ശക്തമായ ജലപ്രവാഹവും സൂര്യന്റെ കൊടുംചൂടും പർവതങ്ങളിലും പരിവർത്തനങ്ങളുണ്ടാക്കി. പാറകൾ പൊട്ടിത്തകർന്ന് മണ്ണും ചെളിയുമുണ്ടായി. നദികൾക്കിടയിൽ വിശാലമായ സമതലങ്ങൾ രൂപപ്പെട്ടു. പിന്നീട് മണലും ചേറും ചെളിയും തണുത്തുറച്ച് കട്ടിയുള്ള പാറകളുണ്ടായി.

പെട്ടെന്നാണോ ഈ മാറ്റങ്ങളെല്ലാമുണ്ടായത്? അല്ലേ അല്ല.

അതിരു കാണാത്ത കാലദൈർഘ്യത്തിലൂടെയാണ് ഇന്നുകാണുന്ന ആകൃതി ഭൂമിക്കുണ്ടായത്.

അപ്പോഴും ജീവന്റെ തുടിപ്പുകൾ ഭൂമിയിൽ ദൃശ്യമായിരുന്നില്ല. പിന്നെയോ... വായുവും വെള്ളവും പാറക്കൂട്ടങ്ങളും മാത്രം.

കാലം കോടിക്കണക്കിനുവർഷങ്ങളായി കടന്നുപോയി. ഭൂമിയിൽ ജീവന്റെ തുടിപ്പും അനുഭവപ്പെട്ടു.

അത് എപ്പോഴാണെന്നറിയുമോ? ഇല്ല.

ഏങ്ങനെയാണ് കൃത്യമായി പറയാൻ കഴിയുക?

ജീവന്റെ തുടിപ്പുകൾ ആദ്യം ഉത്ഭവിച്ചതെവിടെയാണെന്നറിയാമോ? അതിൽ ഒട്ടുമേ സംശയമില്ല.

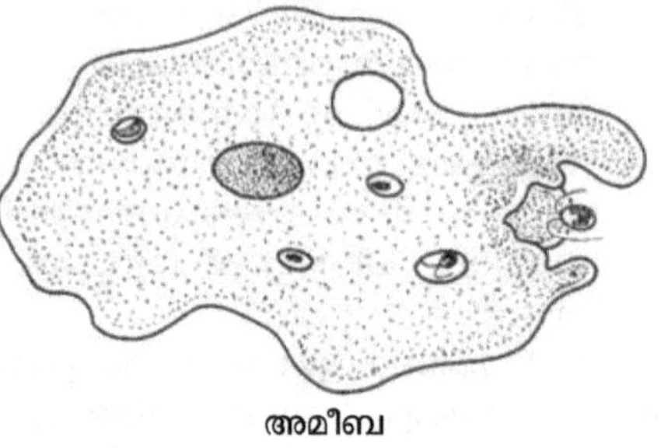

അമീബ

ജലത്തിലാണ്. ആഴം കുറഞ്ഞ സമുദ്രതീരങ്ങളിലാണ് ജീവസാന്നിധ്യം ആദ്യമറിഞ്ഞത്.

“പ്രോട്ടോസോവാ” ജീവജാലങ്ങളുടെ പ്രഭവകേന്ദ്രം... അമ്പതു കോടിവർഷങ്ങൾക്കു മുൻപായിരിക്കാം ഇത്.

പ്രാഥമിക ജീവകോശങ്ങളെ ‘അമീബ’ എന്നുവിളിക്കാം. സ്ഥിരമായ ആകൃതിയോ അവയവങ്ങളോ ഇല്ലാത്ത ഒരു ഏകകോശ ജീവിയാണിത്. അവ പിളർന്നു പിളർന്നു പെരുകുന്നു. കൂടാതെ ദീർഘകാല പരിണാമത്തിലൂടെ രൂപത്തിലും ഭാവത്തിലും പുതുമയുള്ള പുതിയതരം ജീവികൾ പിറന്നുകൊണ്ടേയിരിക്കുന്നു. എല്ലാം ജലത്തിൽമാത്രം. പിന്നീട് വ്യക്തമായ രൂപങ്ങളുള്ള ജീവികളുണ്ടായി. മത്സ്യം ജലജീവിയാണല്ലോ?

ക്രമേണ ജലജന്തുക്കൾ കരയിലേക്ക് കയറി. അവയ്ക്ക് ജലവും കരയും ഒരുപോലെ വാസയോഗ്യമായി. അത്തരത്തിൽപ്പെട്ട ഒരു ജീവിയാണ് ആമ. അത് സാവധാനം സഞ്ചരിക്കുന്നു. ക്രമേണ കരയിൽ ശീഘ്ര

ഗതിയിൽ സഞ്ചരിക്കുന്ന ജീവികളാവിർഭവിച്ചു. ഇവയിൽ പലതും ഭീമാകാരമായ രൂപം പൂണ്ടവയായിരുന്നു. ദിനോസറിനെ കേട്ടിരിക്കുമല്ലോ? 50 അടിയിലധികം വലിപ്പമുള്ള ജന്തു. അവയുടെ കാലം ഏഴുകോടിവർഷങ്ങൾക്കു മുമ്പാണെന്നു പറയുന്നു. ഇന്നവയെ ഭൂമുഖത്തു കാണാനില്ല. കാലാവസ്ഥാ മാറ്റംകൊണ്ടോ എന്തോ കാലാന്തരത്തിൽ അവയ്ക്ക് വംശനാശം സംഭവിച്ചു.

ദിനോസർ

കാലക്രമത്തിൽ ആന, കുതിര, ഒട്ടകം, കഴുത, കുരങ്ങ് തുടങ്ങിയ സസ്തനികൾ രൂപമെടുത്തു. കുഞ്ഞുങ്ങളെ പ്രസവിക്കുന്നതും മുലയൂട്ടി വളർത്തുന്നതുമാണ് സസ്തനികൾ. അഞ്ചുകോടി വർഷങ്ങൾക്കു മുമ്പാണ് സസ്തനികളുടെ തുടക്കം കണക്കാക്കുന്നത്. ആദ്യകാലത്ത് ഇവയെല്ലാം ചെറിയ ജീവികളായിരുന്നുപോലും. പിന്നീട് അവയെല്ലാം വലിയ ജീവികളായി രൂപാന്തരപ്പെട്ടു. മാത്രമല്ല മാറ്റങ്ങളുടെ ഫലമായി പുതിയ ജന്തുവർഗങ്ങൾ ഉടലെടുക്കുകയും ചെയ്തു. കൂടുതൽ വളർച്ച പ്രാപിച്ച കുരങ്ങുകളിലും മാറ്റങ്ങളുണ്ടായി. അവയ്ക്ക് മരങ്ങളിൽ മാത്രമല്ല നിലത്തും ജീവിക്കാമെന്ന നില വന്നു. കുരങ്ങുവർഗവും മാറിക്കൊണ്ടിരുന്നു. ആദിമമനുഷ്യൻ കുരങ്ങുവർഗത്തിൽനിന്ന് ഉരുത്തിരിഞ്ഞുവന്നതാണെന്ന് നരവംശശാസ്ത്രജ്ഞന്മാർ സിദ്ധാന്തിക്കുന്നു. കുരങ്ങിൽനിന്ന് ആൾക്കുരങ്ങിലേക്കും അതിൽനിന്ന് അർധമനുഷ്യനിലേക്കും വളരുകയായിരുന്നു. യഥാർഥ മനുഷ്യനിലേക്കുള്ള പരിവർത്തനത്തിന് അനേകകോടി വർഷങ്ങളെടുത്തു. നരവംശത്തിന്റെ ഉൽപ്പത്തിക്ക് 10 ലക്ഷം വർഷങ്ങളാണ് കൽപ്പിച്ചിട്ടുള്ളത്.

മരംവിട്ട് നിലത്തിറങ്ങിയ പൂർവമനുഷ്യനാണ് ഏറ്റവും നിസ്സഹായനായിത്തീർന്നത്. ക്രൂരമൃഗങ്ങൾ അവനെ കടിച്ചുകീറി. നീണ്ടുനിവർന്നു നടക്കാൻ തുടങ്ങിയതിനുശേഷമാണ് കാലുകൾക്കു കരുത്തുണ്ടായത്. ആകൃതിയിലോ പ്രകൃതിയിലോ ആദിമമനുഷ്യനുമായി അവയ്ക്ക് ഒരു സാമ്യവും ഉണ്ടായിരുന്നില്ല. അവരെ പ്രാകൃതനായ ഒരു മനുഷ്യജീവി എന്നു കരുതിയാൽ മതി.

ആദിമമനുഷ്യൻ വൃക്ഷത്തലപ്പുകളിലോ ഗുഹകളിലോ താമസിച്ചു. പച്ചില, പച്ചക്കിഴങ്ങ്, പച്ചമാംസം, അതായിരുന്നു അവരുടെ ആഹാരം. മൃഗസമാനമായ ഒരു മനുഷ്യജീവി. അവർ കൂട്ടം ചേർന്നാണ് ജീവിച്ചത്. ശത്രുക്കളിൽനിന്ന് രക്ഷനേടാൻ സംഘബലം ആവശ്യമായിരുന്നു.

നിവർന്നു നടക്കാൻ തുടങ്ങിയപ്പോൾ മുൻകാലുകൾ സ്വതന്ത്രമായി.

അവ കൈകളായി. കൈകൾകൊണ്ട് പല ജോലികൾ ചെയ്യാൻ തുടങ്ങി. ഇത് മനുഷ്യനിൽത്തന്നെ മാറ്റമുണ്ടാക്കി. അധ്വാനം മനുഷ്യന്റെ ബുദ്ധി ശക്തിയേയും വികസിപ്പിച്ചു.

മനുഷ്യന്റെ കൂട്ടായജീവിതവും കൂട്ടായ അധ്വാനവും ക്രമേണ പരിഷ്കാരത്തിന്റെ വാതായനങ്ങൾ തുറന്നു.

മനുഷ്യനെന്നു വിളിക്കാവുന്ന ജീവി ഭൂമുഖത്ത് ഉദയം ചെയ്തിട്ട് അമ്പതിനായിരമോ അറുപതിനായിരമോ വർഷങ്ങളേ ആയിട്ടുള്ളൂ എന്നാണ് ശാസ്ത്രനിഗമനം.

പ്രപഞ്ചരഹസ്യം വിസ്മയകരം തന്നെ. കോടാനുകോടിവർഷങ്ങൾക്കുമുമ്പ് ഭൂമിയുണ്ടായി. കാലാന്തരത്തിൽ അതിൽ ജീവന്റെ തുടിപ്പുകളുണ്ടായി. പരിണാമത്തിലൂടെ അനേകം ജീവജാലങ്ങൾ ഉടലെടുത്തു. ജനിച്ചതു നശിച്ചും പുതിയതു പിറന്നും ആ പ്രക്രിയ തുടരുന്നു. അതിന്റെ ഇങ്ങേ തലയ്ക്കൽ വികാസം പ്രാപിച്ച ആദിമമനുഷ്യനുണ്ടായി. അതാണ് നമ്മുടെ വംശത്തിന്റെ ചരിത്രം.

മനുഷ്യവർഗങ്ങൾ

മനുഷ്യവർഗത്തിന് ദൈർഘ്യമേറിയ ഒരു ചരിത്രമില്ലെന്ന് പറഞ്ഞുവല്ലോ. ഏകദേശം അമ്പതിനായിരമോ അറുപതിനായിരമോ വർഷങ്ങൾക്കുമുമ്പ് മനുഷ്യനോട് വളരെ സാമ്യമുള്ള ഒരു ജീവി ഭൂമിയിൽ ജീവിച്ചിരുന്നു. എന്നാൽ, ഇത് മനുഷ്യനിൽനിന്നും തികച്ചും വ്യത്യസ്തനായിരുന്നു. അതെങ്ങനെ അറിയാം? ആ വർഗത്തിന്റെ തലയോടും അസ്ഥികൂടങ്ങളും കണ്ടെടുത്തിട്ടുണ്ട്. അവർ നിർമിച്ചുപയോഗിച്ച ഒരു കൂട്ടം ആയുധങ്ങളും കിട്ടി. എന്നാൽ, അവർ ഇന്നത്തെ മനുഷ്യവംശത്തിന്റെ പൂർവികരായിരുന്നില്ല.

നാമാവശേഷമായ ഈ വർഗത്തിന്റെ തലയോടും അസ്ഥികൂടങ്ങളും പല സ്ഥലങ്ങളിൽനിന്നും ലഭിച്ചിട്ടുണ്ട്. ആ കൂട്ടത്തിൽ ജർമനിയിലെ 'നിയാണ്ടർത്താൽ' എന്ന സ്ഥലത്തുനിന്നും കിട്ടി. അതിനാൽ ഈ മനുഷ്യവർഗത്തെ "നിയാണ്ടർത്താൽ മനുഷ്യൻ" എന്ന് നരവംശശാസ്ത്രജ്ഞർ പേരു വിളിച്ചു. രണ്ടുലക്ഷം വർഷങ്ങൾക്കു മുമ്പുണ്ടായിരുന്ന ഒരു മനുഷ്യജീവിയാണിത്. അവർക്ക് ആശയവിനിമയം നടത്താനുള്ള കഴിവുണ്ടായിരുന്നു. കല്ലും മരവുമായിരുന്നു ആയുധം. അവർ നരഭോജികളായിരുന്നു. അനേകായിരം വർഷങ്ങൾ നീണ്ടുനിന്ന ഒരു വർഗമാണിത്.

നിയാണ്ടർത്താൽ മനുഷ്യൻ

1921 ൽ തെക്കേ ആഫ്രിക്കയിലെ 'ബ്രോക്കൺഹിൽ' എന്ന സ്ഥലത്തുനിന്ന് ഒരു തലയോടും കുറേ അസ്ഥികളും കിട്ടി. ഇത് നിയാണ്ടർത്താൽ മനുഷ്യനെക്കാൾ

വികാസം പ്രാപിച്ച ഒരു വിഭാഗത്തെയാണ് സൂചിപ്പിക്കുന്നത്. എന്നാൽ യഥാർഥമനുഷ്യന്റെ നിലയിലേക്ക് ഉയർന്നതുമില്ല. രണ്ടിന്റെയും ഇടയിലുള്ള ഒരു വർഗമായിട്ടാണ് ഇതിനെ കാണുന്നത്.

ആധുനികമനുഷ്യൻ എപ്പോഴാണുണ്ടായതെന്നറിയാമോ? 30000 വർഷങ്ങൾ ആയിട്ടുണ്ടാകുമെന്നാണ് കണക്കാക്കുന്നത്. ഇതിനെന്താ വല്ല തെളിവുകളുണ്ടോ? ഉണ്ട്. ഇവരുടെ സാന്നിധ്യം പലയിടങ്ങളിലും കണ്ടെത്തിയിട്ടുണ്ട്. പ്രത്യേകിച്ചും യൂറോപ്പിന്റെ പശ്ചിമതീരപ്രദേശങ്ങൾ, ഫ്രാൻസ്, സ്പെയിൻ എന്നിവിടങ്ങളിൽനിന്ന് ചരിത്രകാരന്മാർക്ക് പലതും കിട്ടി. അസ്ഥികൾ, ആയുധങ്ങൾ, ശിലാരേഖകൾ ഗുഹകളിലും പാറകളിലുമുള്ള ചിത്രരേഖകൾ എന്നിവയെല്ലാം കണ്ടെടുത്തു. മനുഷ്യവർഗത്തെക്കുറിച്ച് കൂടുതൽ വിവരങ്ങളാണ് ഇതിലൂടെ ലഭ്യമായത്. അതിന്റെ ആവേശത്തിൽ നരവംശശാസ്ത്രജ്ഞർ പഠനം തുടർന്നപ്പോൾ യൂറോപ്പിൽനിന്ന് പല വിവരങ്ങളും കിട്ടി. “ക്രോമഗ്നൺ” എന്ന ഗുഹയിൽനിന്ന് ചില പുരാതനാവശിഷ്ടങ്ങൾ കണ്ടെടുത്തു. അതിലെ ഒരു സ്ത്രീയുടെ തലയോട്ടിന് ഇന്നത്തെക്കാൾ വലിപ്പമുണ്ടായിരുന്നു. പുരുഷന്മാരും ആറടിയിൽ കൂടുതൽ ഉയരമുള്ളവരാണെന്ന് തെളിവുകൾ സാക്ഷ്യപ്പെടുത്തി. ഈ വർഗത്തെ ‘ക്രോമഗ്നൻ’ വർഗം എന്നുവിളിക്കുന്നു.

മറ്റൊരു ഗുഹയിൽനിന്നു കണ്ടെടുത്ത കങ്കാളങ്ങൾക്ക് നീഗ്രോവർഗവുമായി സാമ്യമുണ്ട്. ഇതിൽനിന്നു മനസിലാക്കാൻ കഴിയുന്നത് ആദ്യകാലത്തുതന്നെ മനുഷ്യവർഗം ഒന്നിലധികമായി വേർപിരിഞ്ഞു എന്നാണ്. ഇവരുടെ കാലം 40,000 കൊല്ലങ്ങൾക്കു മുൻപാണെന്നും കണക്കാക്കുന്നു. അവർ തികച്ചും പ്രാകൃതരായ മനുഷ്യരായിരുന്നു. എങ്കിലും മാനുഷികമായ പ്രവർത്തനങ്ങളിലേക്ക് കടന്നിരുന്നു. കക്കകൾ തുളച്ചു മാലയുണ്ടാക്കുക, കല്ലുകൾകൊണ്ടും എല്ലുകൾകൊണ്ടും രൂപങ്ങളുണ്ടാക്കുക, ശരീരത്തിൽ ചായം തേക്കുക തുടങ്ങിയവ ചെയ്തിരുന്നു. വേട്ടയാടൽ ആയാസരഹിതമാക്കാൻ കല്ലുകളും കുന്തങ്ങളും ഉപയോഗിച്ചു.

പന്ത്രണ്ടോ പതിനഞ്ചോ ആയിരം വർഷങ്ങൾക്കു മുൻപുള്ള ഒരു മനുഷ്യവർഗത്തെ സ്പെയിനിന്റെ തെക്കുഭാഗത്ത് കണ്ടെത്തി. ഇത് പുതിയ മനുഷ്യവർഗത്തിന്റെ വാസസ്ഥലമായിരുന്നു. അവർ അതിവിശാലമായ പാറപ്പുറങ്ങളിൽ അസാധാരണമായ ചിത്രങ്ങൾ വരച്ചുവെച്ചിട്ടുണ്ട്. പുരാണശിലായുഗം എന്നുപറഞ്ഞുവരുന്ന കാലത്തെ മനുഷ്യനിൽ ഏറ്റവും ഒടുവിലത്തെ ആളുകൾ ഇവരായിരിക്കാം. ഇവർക്ക് ശിലാനിർമിതമായ ആയുധങ്ങൾ മാത്രമേ ഉണ്ടായിരുന്നുള്ളൂ.

ഇതേകാലഘട്ടത്തിൽത്തന്നെ യൂറോപ്പിലും ഒരു പുതിയതരം മനുഷ്യജീവിതം കണ്ടെത്തി. അവർ ശിലായുധങ്ങൾ പരിഷ്കരിച്ചുപയോഗിച്ചിരുന്നു. ഇത് നവീനശിലായുഗത്തിന്റെ പ്രാരംഭത്തെയാണ് സൂചിപ്പിക്കുന്നത്.

അമേരിക്കയിലെ മനുഷ്യവാസത്തെക്കുറിച്ച് വേണ്ടത്ര അറിവു ലഭിച്ചിട്ടില്ല. പുരാതന ശിലായുഗത്തിന്റെ അവസാനത്തിലാണ് ഇവിടെ മനുഷ്യവാസത്തിന്റെ ആരംഭമെന്നു കണക്കാക്കാം. ഏഷ്യയിലും ആഫ്രിക്ക

യിലും അതിപ്രാചീനകാലത്തെക്കുറിച്ചുള്ള പഠനങ്ങൾ പുരോഗമിക്കുന്നതേയുള്ളൂ.

പെക്കിംഗ് മനുഷ്യൻ

മനുഷ്യന്റെ ആദ്യത്തെ വാസസ്ഥാനം ഉത്തരാർധഗോളമാണെന്നു വിശ്വസിക്കുന്നു. ചുരുങ്ങിയത് അഞ്ചുലക്ഷം വർഷങ്ങൾക്കു മുമ്പാണിത്. അനുകൂലമായ കാലാവസ്ഥ യാണ് ഇതിനു കാരണം. മഞ്ഞുമൂടിക്കിടക്കുന്ന പ്രദേശമാണിത്. പിന്നീട് ഉഷ്ണാധിക്യത്താൽ മഞ്ഞുരുകി വെള്ളപ്പൊക്കം സംഭവിച്ചു. അങ്ങനെ കഴിഞ്ഞ പത്തുലക്ഷം വർഷങ്ങൾക്കിടയിൽ നാല് ഹിമനദീയകാലം ഉണ്ടായിപോലും. അതിനെ ബുദ്ധിശക്തി കൊണ്ടു മനുഷ്യൻ അതിജീവിച്ചു. എന്നാൽ, മറ്റു ജീവജാലങ്ങളെല്ലാം ചത്തൊടുങ്ങി. ആഫ്രിക്കയിലും ഏഷ്യയിലും അതിപ്രാചീനകാലത്തെക്കുറിച്ചുള്ള ഗവേഷണങ്ങൾ തുടരുകയാണ്.

അതിനിടയിൽ ചൈനയിൽ കണ്ടെത്തിയ വർഗമാണ് 'പെക്കിംഗ്' മനുഷ്യൻ. അവിടെനിന്നു കണ്ടെടുത്ത കങ്കാളങ്ങൾക്ക് മൂന്നുലക്ഷം വർഷത്തെ പഴക്കമുണ്ട്. സ്ഥലത്തിന്റെ പേരുതന്നെ ആ വർഗത്തിനു നൽകി. അവർ ശിലായുധങ്ങൾ ഉപയോഗിക്കുകയും ഭക്ഷണം വേവിച്ചു കഴിക്കുകയും ചെയ്തു. പെക്കിംഗ് മനുഷ്യൻ നരഭോജികളായിരുന്നു. മരിച്ചയാളെ സംസ്കരിച്ചു. അതുവരെ കാട്ടിൽ വലിച്ചെറിയുകയായിരുന്നിരിക്കാം. അതോടൊപ്പം അയാളുടെ ആയുധങ്ങളും മറ്റു സാമഗ്രികളും സംസ്കരിച്ചിരുന്നതായി കണ്ടെത്തിയിട്ടുണ്ട്.

വേറൊരു മനുഷ്യവർഗമുണ്ട്. 'ആറിഗ്നേഷ്യൻ' നല്ല പേരുതന്നെ. ആറിഗ്നാക്ക് എന്ന ഗുഹ ഫ്രാൻസിലാണ്. അത് ശാരോൻ നദിയുടെ ഉത്ഭവസ്ഥാനവുമാണ്. അവിടെനിന്നും കണ്ടുകിട്ടിയ അസ്ഥികൂടങ്ങൾ ഒരു മനുഷ്യവർഗത്തെയാണ് സൂചിപ്പിക്കുന്നത്. 70,000 കൊല്ലങ്ങൾക്കു മുൻപായിരുന്നു ഇവരുടെ കാലമെന്നാണ് ചരിത്രകാരന്മാർ കണക്കായിട്ടുള്ളത്.

ലോകത്തിന്റെ പലഭാഗങ്ങളിലായി പലതരം മനുഷ്യവർഗങ്ങളെ കണ്ടെത്താൻ കഴിഞ്ഞു; നല്ല കാര്യം. ഇതിലൂടെ പുതിയ വിവരങ്ങളാണ് നമുക്ക് കിട്ടിയത്.

ശരീരാകൃതി, നിറം, മുടി എന്നിവയാണ് മനുഷ്യനെ വേർതിരിക്കുന്നത്. വിശാലമായ കാഴ്ചപ്പാടിൽ പരിശോധിച്ചാൽ മനുഷ്യരെല്ലാം ഒരേ ഒരു വർഗമാണ്. ജനങ്ങൾ വർധിച്ചപ്പോൾ ആദിസ്ഥാനങ്ങളിൽനിന്ന് വേർപിരിഞ്ഞ് ദൂരസ്ഥലങ്ങളിൽ താമസമാക്കി. അവിടത്തെ വ്യത്യസ്തമായ കാലാവസ്ഥയും ഭക്ഷണരീതിയും അവരിൽ മാറ്റങ്ങളുണ്ടാക്കി. ആകൃതിയിലും പ്രകൃതിയിലും സാരമായ മാറ്റം സംഭവിച്ചു. ഇങ്ങനെയാണ് നരവംശം പലതായി വേർതിരിഞ്ഞത്. കറുത്തനിറം, വെളുത്തനിറം, മഞ്ഞനിറം, എന്നിങ്ങനെ നിറഭേദമുള്ള മനുഷ്യവർഗങ്ങളുണ്ടായി. കറുത്തനിറമുള്ളവർ നീഗ്രോകൾ, വെളുത്തവർ, കൊക്കേഷ്യൻവർഗം,

മഞ്ഞനിറമുള്ളത് മംഗോളിയന്മാർ, ഇപ്രകാരം മനുഷ്യവർഗം പലതായി. അവയുടെ ഉപവർഗങ്ങളുമുണ്ടായി. ഇവയെല്ലാം കൂടിക്കലർന്ന് പിന്നെയും പുതിയ മനുഷ്യവിഭാഗങ്ങളുണ്ടായി. ഇന്നത്തെ മനുഷ്യനെ സങ്കരവർഗമായിട്ടാണ് കരുതപ്പെടുന്നത്.

ശിലായുഗവും ലോഹയുഗവും

ആദിമമാനവചരിത്രത്തെ ശിലായുഗം, ലോഹയുഗം എന്ന് രണ്ടായി തിരിച്ചിട്ടുണ്ട്. കല്ലും ലോഹങ്ങളും ഉപയോഗിച്ച കാലഘട്ടമാണിത്. മനുഷ്യന്റെ അനന്തമായ പ്രയാണത്തിൽ എഴുത്തും ലിഖിതവിദ്യയും ഉത്ഭവിച്ചിട്ട് ഏറെക്കാലമായില്ല. എഴുത്തുവിദ്യക്ക് ഏകദേശം 9000കൊല്ലത്തെ പാരമ്പര്യമേ ചരിത്രകാരന്മാർ കൽപ്പിച്ചിട്ടുള്ളൂ. ലിഖിതവിദ്യ കണ്ടുപിടിക്കുന്നതിനുമുമ്പുള്ള കാലമാണ് ശിലായുഗം. അതിനെ പ്രാക്‌ലിഖിതയുഗം എന്നും വിളിക്കുന്നുണ്ട്. മനുഷ്യനിൽ പരിഷ്കാരം വേരൂന്നിത്തുടങ്ങിയ കാലമാണിത്. ചരിത്രകാരന്മാർ ശിലായുഗത്തെ വീണ്ടും രണ്ടായി തിരിച്ചിട്ടുണ്ടെന്നറിയാമല്ലോ? പ്രാചീനശിലായുഗം, ആധുനികശിലായുഗം, പഴയശിലായുഗം പുതിയ ശിലായുഗം. പ്രാചീനശിലായുഗം അനേകായിരം വർഷങ്ങൾ നീണ്ടുനിന്നു. മൃഗങ്ങളിൽനിന്നു മനുഷ്യൻ വളർന്നു. ജന്തുക്കൾക്കു ചെയ്യാൻ കഴിയാത്ത പല പ്രവൃത്തികളും അക്കാലത്തെ മനുഷ്യൻ ചെയ്തു തുടങ്ങി. ക്രൂരമൃഗങ്ങളെ ആട്ടിയകറ്റി ഗുഹകൾ സ്വന്തമാക്കി. തണുപ്പകറ്റാൻ വസ്ത്രങ്ങളുണ്ടാക്കി. തീയുടെ ഉപയോഗം മനസിലായി. അതിനാൽ ഭക്ഷണം പാകം ചെയ്തു കഴിച്ചു. കല്ലും മരവുകൊണ്ട് ആയുധങ്ങളുണ്ടാക്കി. ഉപകരണങ്ങൾ വേട്ടയാടൽ എളുപ്പമാക്കി. ഇക്കാലഘട്ടത്തിലെ ഏറ്റവും പുരാതന മനുഷ്യന്റെ അസ്ഥികൂടം ആഫ്രിക്കയിൽനിന്നു കണ്ടെടുത്തിട്ടുണ്ട്. നരവംശത്തിലെ ഏറ്റവും പഴക്കമുള്ള മനുഷ്യരായിരുന്നു ഇവരെന്നാണ് ചരിത്രകാരന്മാർ പറയുന്നത്. മനുഷ്യവർഗം നീണ്ടുനിവർന്നു നടക്കാൻ തുടങ്ങിയ കാലഘട്ടം കൂടിയാണിത്.

ജാവാമനുഷ്യൻ

ജാവാമനുഷ്യൻ എന്നു കേട്ടിട്ടുണ്ടോ? ജാവാ എന്ന സ്ഥലത്തുനിന്നും പ്രാചീനമനുഷ്യന്റെ അസ്ഥികൂടങ്ങൾ കണ്ടുകിട്ടി. 5 ലക്ഷം വർഷങ്ങൾക്കു മുൻപുള്ള മനുഷ്യരുടെ അസ്ഥികൂടങ്ങൾ അവിടെനിന്നു കണ്ടുകിട്ടി. നിവർന്നുനടക്കാൻ കഴിയാതിരുന്ന മനുഷ്യജീവികളുടെ അസ്ഥി കൂടങ്ങളായിരുന്നു അത്. നരവംശശാസ്ത്രജ്ഞന്മാരുടെ അന്വേഷണങ്ങൾക്കിടയിൽ പല സുപ്രധാനവിവരങ്ങളും ലഭിച്ചിട്ടുണ്ട്. ഉപകരണങ്ങളുടെ ഉപയോഗമാണ് ബുദ്ധിശക്തി വർധിപ്പിച്ചത്. അതോടുകൂടി പ്രാകൃതാവസ്ഥയിൽനിന്ന് മനുഷ്യ

വംശം മുന്നോട്ടുനീങ്ങി. പ്രാകൃതരൂപത്തിലുള്ള ഭാഷയും ആശയവിനിമയവും ആരംഭിച്ചു.

നവീനശിലായുഗം

നവീനശിലായുഗമെന്നാൽ പരിഷ്കരിച്ച ആയുധങ്ങൾ ഉപയോഗിച്ച കാലഘട്ടമാണ്. ആയുധങ്ങൾ മനുഷ്യചരിത്രത്തിൽ വലിയ മാറ്റങ്ങളാണുണ്ടാക്കിയത്. മനുഷ്യൻ കൃഷി ആരംഭിച്ച കാലമാണിത്. പ്രാചീനശിലായുഗം വേട്ടയാടലിന്റേതായിരുന്നെങ്കിൽ നവീനശിലായുഗം കൃഷിയുടേതായിരുന്നു. നേരത്തെ ഭക്ഷ്യശേഖരണമായിരുന്നെങ്കിൽ ഇപ്പോൾ ഭക്ഷ്യ ഉൽപ്പാദനമായി വളർന്നു.

എവിടെയാണെന്നോ ആദ്യം കൃഷി ആരംഭിച്ചത്? ഈജിപ്തിലും തെക്കുപടിഞ്ഞാറൻ ഏഷ്യയിലുമാണെന്നു പറയുന്നു. ബാർലി, ഗോതമ്പ്, തിനഫലവർഗങ്ങൾ, സസ്യങ്ങൾ എന്നിവയായിരുന്നു ആദ്യകാല കൃഷി. പ്രകൃതിയുടെമേൽ പണിയായുധങ്ങൾ ഉപയോഗിക്കാൻ തുടങ്ങിയത് കൃഷിയുടെ ആരംഭത്തിനുശേഷമാണ്. അവർ കാട്ടുമൃഗങ്ങളെ ഇണക്കി വളർത്തി. ആദ്യത്തെ വീട്ടുമൃഗം നായ ആയിരുന്നു. പിന്നീട് പോറ്റുമൃഗങ്ങളുടെ എണ്ണം പെരുകി. ആടും മാടും പന്നിയും കുരങ്ങുമെല്ലാം വീടുകളിൽ സ്ഥലംപിടിച്ചു.

സ്ത്രീകളാണ് കൃഷി തുടങ്ങിവെച്ചത്. വീട്ടിൽ ഒതുങ്ങിക്കഴിഞ്ഞ അവരുടെ നിരീക്ഷണങ്ങളാണ് അതിനുവഴിയൊരുക്കിയത്. പിന്നീട് പുരുഷന്മാർ കൃഷിപ്പണി ഏറ്റെടുത്തു.

നവീന ശിലായുഗകാലത്തെ ആയുധം കൽമഴുവായിരുന്നു. കരിങ്കല്ലു ഉരച്ചുമിനുക്കി മൂർച്ച വരുത്തിയാണ് കൽമഴു നിർമിച്ചത്. ഇത് മനുഷ്യജീവിതത്തിൽ ദൂരവ്യാപകമായ മാറ്റങ്ങളുണ്ടാക്കി. മഴുകൊണ്ട് വനങ്ങൾ വെട്ടിത്തെളിയിച്ച് കൃഷിയിടങ്ങളും വാസസ്ഥലങ്ങളുമുണ്ടാക്കി. മൺപാത്ര നിർമാണമാരംഭിച്ചു. അത് കൃഷിയെയും പാചകത്തെയും വികസിപ്പിച്ചു. വസ്ത്രനിർമാണം, നൂൽനൂൽപ്പ്, തുന്നൽ, നെയ്ത്ത് എന്നീ കരകൗശല വിദ്യകളും ഈ കാലത്തു വളർന്നു. കൃഷിയുടെ ആരംഭമാണ് മനുഷ്യന് സ്ഥിരവാസം ഉറപ്പാക്കിയത്.

മനുഷ്യന്റെ സ്ഥിരതാമസം സാമൂഹ്യവികാസത്തിന്റെ വേഗത വർധിപ്പിച്ചു. ആവശ്യവസ്തുക്കളുണ്ടാക്കുകയും കൈമാറ്റ സമ്പ്രദായങ്ങളാവിർഭവിക്കുകയും ചെയ്തു. കലയും സംസ്കാരവും വളർന്നു. ഈ കാലഘട്ടത്തിലാണ് മതവും ഭരണകൂടരൂപങ്ങളും ഉദയം ചെയ്തത്. കുടുംബജീവിതത്തിന്റെ ആവിർഭാവവും നവീനശിലായുഗകാലത്താണ്.

അത്ഭുതപ്രതിഭാസങ്ങളായ പ്രകൃതിശക്തികളെ മനുഷ്യൻ ആരാധിക്കാൻ തുടങ്ങി. സൂര്യൻ, അഗ്നി, വായു, മഴ ഇവയൊക്കെ ആരാധനാമൂർത്തികളായി.വെള്ളപ്പൊക്കവും, കാട്ടുതീയും, കൊടുങ്കാറ്റും അവരെ അമ്പരപ്പിച്ചു. അതിനാൽ പ്രകൃതിശക്തികളിൽ അവർ ദിവ്യത്വം കൽപ്പിച്ചു.

വനാന്തരങ്ങളിൽ എല്ലാ വസ്തുക്കളും എല്ലാവരുടേതുമായി അനുഭവിച്ച ഒരു കാലമാണത്. കാർഷികവളർച്ചയും കൂട്ടായ ജീവിതവും സമൂഹത്തെപുരോഗതിയിലേക്കുനയിച്ചു. എന്നാൽ സ്വകാര്യസ്വത്തിന്റെ

ആവിർഭാവം മനുഷ്യരെ പരസ്പരം വെറുപ്പിലേക്കും സംഘട്ടനങ്ങളി ലേക്കും നയിച്ചു. കഴിവും തന്റേടവുമുള്ളവർ സമൂഹത്തിൽ ആധിപത്യം നേടി. ക്രമേണ നാടുവാഴികളും രാജാവുമുണ്ടായി.രാജാക്കന്മാരുടെ അധി കാര സീമയിൽ രാഷ്ട്രങ്ങൾ ഉടലെടുത്തു.

ആദ്യമായി ലോഹം കണ്ടുപിടിച്ചത് ഒരു യാദൃച്ഛികസംഭവമായി രിക്കാം. ഏതു രാജ്യക്കാരാണ് കണ്ടുപിടിച്ചത്? പറയാൻ പ്രയാസമാണ്. ആറായിരം വർഷങ്ങൾക്ക്മുമ്പ് ഈജിപ്തിലും മറ്റും ചെമ്പ് ഉപയോഗി ച്ചതായി ഊഹിക്കുന്നു. പിന്നെയും വളരെക്കാലം കഴിഞ്ഞാണ് ഇരുമ്പ് കണ്ടുപിടിച്ചത്. ലോഹങ്ങൾ മനുഷ്യന്റെ മുന്നേറ്റത്തെ വളരെയേറെ സഹായിച്ചു.

ഭാഷയും ലിപിയും

മനുഷ്യൻ മാത്രമാണോ ആശയവിനിമയം നടത്തുന്നത് അല്ലേ... അല്ല.

പക്ഷികളും മൃഗങ്ങളും അന്യോന്യം വിവരങ്ങൾ കൈമാറുന്നുണ്ട്. പറ്റം ചേർന്ന് കഴിയുന്ന ഉറുമ്പും തേനീച്ചയും ആശയവിനിമയത്തിന്റെ സവി ശേഷ മാതൃകയാണ്. പലതരം ശബ്ദങ്ങൾ പുറപ്പെടുവിച്ചാണ് അവ ആശയം പരസ്പരം അറിയിക്കുന്നത്. വാത്സല്യം കാണിക്കുക, സ്നേഹം പ്രകടിപ്പിക്കുക, ശത്രുവിന്റെ വരവിനെ അറിയിക്കുക... തുടങ്ങിയവ പക്ഷി മൃഗാദികൾ ചെയ്യുന്നുണ്ട്.

മനുഷ്യനുമാത്രമാണ് ആശയവിനിമയത്തിന് വ്യക്തമായ രൂപമുണ്ടാ യത്. മനുഷ്യൻ കൂട്ടം ചേർന്നാണല്ലോ ആദ്യം മുതൽക്കേ ജീവിച്ചത്. ഉപകരണങ്ങൾ കണ്ടുപിടിച്ചതോടുകൂടി പല പണികളിലും അവർ ഏർ പ്പെടാൻ തുടങ്ങി. അപ്പോൾ ഒരാളുടെ മനസിലുള്ളത് മറ്റുള്ളവരെ അറി യിക്കേണ്ടത് അത്യാവശ്യമായി. ആംഗ്യം കാണിച്ചും ശബ്ദം പുറപ്പെടു വിച്ചും ആദ്യം കുറെയൊക്കെ വിവരങ്ങൾ കൈമാറി. അതു പോരാ... വ്യക്തവും കൃത്യവുമായ ആശയവിനിമയം വേണം. അതിനുവേണ്ടി നട ത്തിയ നീണ്ടകാല പരിശ്രമങ്ങൾക്കിടയിലാണ് ഭാഷയുണ്ടായത്. പണി യായുധങ്ങളുടെ കണ്ടുപിടുത്തമാണ് ഭാഷയേയും രൂപപ്പെടുത്തിയത്. എ പ്പോഴാണ് ഭാഷയുണ്ടായത്? കൃത്യമായി പറയാൻ തെളിവൊന്നുമില്ല. എന്നാൽ, പ്രാചീനശിലായുഗത്തിന്റെ തുടക്കത്തിൽപ്പോലും മനുഷ്യനു സംസാരിക്കാൻ കഴിഞ്ഞിരുന്നില്ലെന്നാണ് പറയുന്നത്. നവീനശിലായു ഗകാലത്താണ് ഭാഷവ്യക്തമായി രൂപംകൊണ്ടത്. ആദ്യം ചുരുക്കം വാക്കു കളുണ്ടായി. അപ്പോൾ വാക്കും ആംഗ്യവും ഒന്നിച്ചുപയോഗിച്ച് ആശയ ങ്ങൾ കൈമാറി. വാക്കുകളുടെ എണ്ണം പെരുകിയപ്പോൾ ഒന്നിലധികം വാക്കുകൾ ചേർത്തുപയോഗിച്ചു. വളരെ ദീർഘമേറിയ കാലത്തെ വളർച്ചയും മാറ്റവുമാണ് വ്യക്തമായ ഭാഷയ്ക്ക് അടിത്തറയിട്ടത്. ലോക ത്ത് ഏകദേശം 5,000 ഭാഷകളുണ്ട്, ഉപഭാഷകൾ വേറെയും. ഒരു രാജ്യ ത്തിനകത്തു തന്നെയും പല ഭാഷകളുണ്ട്. ഒരു സംസ്ഥാനത്തെ പ്രദേ ശങ്ങൾ തമ്മിലും ഭാഷാപ്രയോഗങ്ങളിൽ വ്യത്യാസങ്ങളുണ്ടല്ലോ? ഒരു പ്രദേശത്തിനകത്തു ഒന്നിച്ചു താമസിച്ച മനുഷ്യൻ അവരുടേതായ ഒരു

ആശയവിനിമയമാർഗം കണ്ടെത്തുകയായിരുന്നു. അവയോരോന്നും ഓരോ ഭാഷയായി വികസിക്കുകയും ചെയ്തു.

മനുഷ്യൻ പുതിയ വാസസ്ഥലം തേടിയുള്ള യാത്രകളാരംഭിച്ചു. കൃഷിക്കും താമസത്തിനും യോജിച്ച പ്രദേശങ്ങൾ. അവർ അഭ്യസിച്ച ഭാഷയും അവരോടൊപ്പം പരന്നു. ഭാഷകളെ പലതായി വേർതിരിച്ചിട്ടുണ്ട്. അവയെ ഭാഷാവംശങ്ങൾ എന്നുവിളിക്കാം. എട്ട് ഭാഷാവംശങ്ങളെയാണ് ശാസ്ത്രജ്ഞന്മാർ വിഭജിച്ചു കാണിച്ചുതന്നിട്ടുള്ളത്. മനുഷ്യൻ രാജ്യങ്ങളിൽനിന്ന് രാജ്യങ്ങളിലേക്ക് പരക്കുന്നതിനനുസരിച്ച് ഭാഷകളും വ്യാപിച്ചു. ഭാഷകൾ തമ്മിൽ കൂടിക്കലർന്നു. അതിൽനിന്ന് പുതിയ ഭാഷാരൂപങ്ങളുണ്ടായി. ഭാഷയുടെ മൗലികത ചോർന്നുപോയി. ഇന്നത്തെ പല ഭാഷകളും അത്തരത്തിലുള്ളവയാണ്. കൂടിക്കലർന്ന ഭാഷകൾ. മനുഷ്യന്റെ കൂട്ടായ പ്രവർത്തനങ്ങളാണ് ഭാഷയെ വികസിപ്പിച്ചത്.

അക്ഷരവിദ്യ

എഴുതാൻ കഴിവുനേടിയ ഒരു കാലം... അത് മനുഷ്യചരിത്രത്തിലെ സുപ്രധാനഘട്ടങ്ങളിലൊന്നാണ്. ചിത്രകലയിൽനിന്നാണ് എഴുത്തിന്റെ ഉത്ഭവം. ആംഗ്യം കാണിക്കുന്നതുപോലെ ചിത്രത്തിലൂടെയും അന്തർഗതം അറിയിച്ചിരുന്നു. ചിത്രലേഖനത്തിന്റെ ചുരുക്കെഴുത്തുമാത്രമായിരുന്നു ആദ്യത്തെ അക്ഷരവിദ്യ. ഇതിന്റെ തുടക്കം അസീലിയയിലെ ഗുഹാചിത്രങ്ങളിൽ കാണാം. അവയിൽ മിക്കതും നായാട്ടുകളെയും പടപ്പുറപ്പാടുകളെയുമാണ് ചിത്രീകരിക്കുന്നത്. അവിടെ മനുഷ്യചിത്രങ്ങളുമുണ്ട്.

നവീനശിലായുഗത്തിനുമുമ്പുതന്നെ മനുഷ്യൻ എഴുത്താരംഭിച്ചതായി കാണുന്നു. അക്ഷരവിദ്യയുടെ ആരംഭം പുരാതന ഈജിപ്തിലാണെന്നു പറയുന്നു. അവരും ചിത്രങ്ങളിൽനിന്നാണ് ലിഖിതസമ്പ്രദായത്തിലേക്ക് കടന്നത്. ആദ്യം 24 അക്ഷരങ്ങൾ അവർ രൂപപ്പെടുത്തി. കാലക്രമേണ അക്ഷരമാല വികസിച്ചു.കാലപ്രവാഹത്തിനിടയിൽ മഷിയും കടലാസും ഉപയോഗിക്കാൻ തുടങ്ങി.

ഈജിപ്തിൽ മാത്രമല്ല മറ്റുപലരാജ്യങ്ങളിലും ലിഖിതസമ്പ്രദായം വികസിച്ചു. മനുഷ്യൻ അന്യദേശങ്ങളിലേക്കുള്ള യാത്രകളാരംഭിച്ചപ്പോൾ അതു ഭാഷയും ലിപിയും വ്യാപിപ്പിക്കുകയും വികസിപ്പിക്കുകയും ചെയ്തു. ചൈനക്കാരുടെ ഇടയിൽ പ്രാചീനകാലം മുതൽക്കുതന്നെ ഒരു ലിഖിതസമ്പ്രദായം നിലവിലുണ്ടായിരുന്നു. ഒരു ചരടിൽ പലതരം കെട്ടുകൾ കെട്ടിയാണ് ആദ്യം ആശയക്കൈമാറ്റം നടത്തിയത്. ഓരോ കെട്ടിനും ഓരോ ആശയവുമുണ്ടായിരുന്നു. പിന്നീട് അവർ ചിത്രലിപികളുപയോഗിച്ചു.

ലിപികളാണ് ആശയങ്ങൾക്കു സ്ഥായീഭാവം നൽകിയത്. ഇത് മനുഷ്യപുരോഗതിയെ ത്വരിപ്പിച്ചു. മാത്രമല്ല മനുഷ്യന്റെ ചിന്താശകലങ്ങളെ ഭാവി തലമുറയ്ക്കുവേണ്ടി കരുതിവെക്കാമെന്നുമായി. വിവരങ്ങൾ രേഖപ്പെടുത്തിവെക്കാനും വരുംതലമുറയ്ക്ക് കൈമാറാനും ഇത് വഴിയൊരുക്കി. അത് മനുഷ്യവർഗത്തിന്റെ ഒരു കുതിപ്പായിരുന്നു.

2

മനുഷ്യൻ പരിഷ്കാരത്തിലേക്ക്

മനുഷ്യരെ തിന്നാൻപോലും മടിയില്ലാതിരുന്ന കാട്ടാളന്മാരെക്കുറിച്ചാണല്ലോ പറഞ്ഞുവന്നത്. ഉപകരണങ്ങൾ മനുഷ്യനെ മാറ്റി. കൂട്ടായി പണിയെടുത്തപ്പോൾ അവർ വളർന്നു. ദൈർഘ്യമേറിയകാലം കൊണ്ടാണ് പുതിയതുണ്ടായത്. ഓരോന്നും കൂടുതൽ പുതുമയുള്ളതായി മാറുകയും ചെയ്തുകൊണ്ടിരുന്നു.

മനുഷ്യൻ പരിഷ്കാരത്തിലേക്ക് നീങ്ങാൻ തുടങ്ങിയിട്ട് അത്രയൊന്നുംകാലമായിട്ടില്ല. 8,000 അല്ലെങ്കിൽ 9,000 വർഷങ്ങൾ മാത്രം. എവിടെയായിരിക്കും തുടക്കം? സംശയം വേണ്ട മനുഷ്യൻ കൂട്ടം ചേർന്നു താമസിച്ച സ്ഥലങ്ങളിൽ. കൃഷിക്കും താമസത്തിനും അനുയോജ്യമായ പ്രദേശങ്ങളിലായിരുന്നു ആദ്യകാലങ്ങളിൽ അവർ താമസിച്ചത്. പല രാജ്യങ്ങളിലെയും ഫലസമൃദ്ധമായ നദീതടങ്ങളിൽ. ഏഷ്യയിലും ആഫ്രിക്കയിലും മറ്റും അത്തരം പ്രദേശങ്ങളുണ്ടായിരുന്നു.

കൃഷിയും സ്ഥിരവാസവുമാണ് മനുഷ്യവർഗത്തെ വികസിപ്പിച്ചത്. അലഞ്ഞുതിരിഞ്ഞുനടന്ന മനുഷ്യൻ സ്വസ്ഥനായപ്പോൾ അവന്റെ ചിന്താശേഷിയും പ്രതിഭയും വളർന്നു.

പ്രാചീന പരിഷ്കാരകേന്ദ്രങ്ങൾ പലരാജ്യങ്ങളിലുമുണ്ട്. ഭാരതത്തിലെ സിന്ധുഗംഗാസമതലപ്രദേശവും അതിലുൾപ്പെടുന്നു. ഈജിപ്തിലെ നൈൽനദിതടം പ്രാചീനകാലത്തെ പ്രധാന സാംസ്കാരികകേന്ദ്രമാണല്ലോ? അനുകൂലമായ കാലാവസ്ഥ, ഫലഭൂയിഷ്ഠമായ മണ്ണ്; അതിനാൽ നദീതടങ്ങൾ ജനനിബിഡമായി. അവർ പരിഷ്കാരത്തിനു ചാലുകീറിക്കൊണ്ട് മനുഷ്യജീവിതം ഉന്നതിയിലേക്കു നയിച്ചു.

ഈജിപ്തിനെ നൈൽനദിയുടെ ദാനം എന്നാണ് വിളിക്കുന്നത്. ഈജിപ്ത് ആഫ്രിക്കയുടെ വടക്ക് കിഴക്കെ മൂലയിലുള്ള രാജ്യമാണ്. ഒരിക്കലും വറ്റാത്ത ശുദ്ധജലം, ഫലപുഷ്ടിയുള്ള മണ്ണ്. അനുകൂലമായ

പിരമിഡ്

കാലാവസ്ഥ, ഇവയെല്ലാം അവരെ സംസ്കാരമുള്ളവരാക്കി. ഈജിപ്ത് ലോകത്തിന് വലിയ സംഭാവനകൾ നൽകി. മാസങ്ങളും ദിവസങ്ങളും അവരാണ് ലോകത്തിനു മുന്നിലവതരിപ്പിച്ചത്. ഒരു വർഷം 12 മാസം, ഒരു മാസം 30 ദിവസം എന്നിങ്ങനെ വിഭജിച്ചു. കലയും തത്വചിന്തയുംവ ളർന്നു. പിരമിഡുകളുടെ നിർമാണമാണ് കൂടുതൽ സവിശേഷതയർഹി ക്കുന്നത്. അത് ഈജിപ്തിലെ രാജാക്കന്മാരുടെ ശവകുടീരങ്ങളായിരുന്നു. കുഫു എന്ന രാജാവിന്റെതാണ് ഏറ്റവും വലുത്. ഇതിന് 4500 വർഷത്തെ പഴക്കമുണ്ട്. അടിമത്തകാലഘട്ടത്തിലെ കരവിരുതേറിയ നിർമാണസമ്പ്ര ദായം, അടിമകളെ കൊണ്ടാണ് പണിയെടുപ്പിച്ചത്. മനുഷ്യൻ മനുഷ്യനെ കന്നുകാലികളെപ്പോലെ കൈകാര്യം ചെയ്ത ഒരു കാലം. എങ്കിലും അവ രുടെ അധ്വാനത്താൽ സമൂഹം വലിയ പുരോഗതി നേടി.

മെസപ്പെട്ടോമിയ എന്നു കേട്ടിട്ടുണ്ടല്ലോ? അത് മറ്റൊരു പ്രമുഖ സാംസ്കാരിക കേന്ദ്രമാണ്. രണ്ടു നദികളുടെ ഇടയിലുള്ള സ്ഥലമാണിത്. യുഫ്റടീസ്, ടൈഗ്രീസ് എന്നീ പേരുകളിലുള്ളതാണ് ആ നദികൾ. 45 മൈൽ വ്യാപിച്ചു കിടക്കുന്ന സ്ഥലമാണ് ഈ സാംസ്കാരികകേന്ദ്രം. ആറേ ഴായിരം വർഷങ്ങൾക്കുമുൻപ് അവിടെ താമസമുറപ്പിച്ചവരാണ് സമൂഹത്തെ വളർത്തിയത്. സുമേറിയന്മാർ എന്നാണ് അവരെ വിളിക്കുന്നത്. അവർ നല്ല നഗരങ്ങളുമുണ്ടാക്കി.

ഏറ്റവും പുരാതനമായ നാഗരികതകളിലൊന്നാണ് ചൈനീസ് സംസ്കാരം. 5,000 വർഷങ്ങൾക്ക് മുൻപ് പൗരസ്ത്യരാജ്യത്ത് തിളങ്ങി നിന്ന സംസ്കാരമാണത്. ചൈനയിലെ വൻമതിൽ ലോകത്തിലെ സപ്

ചൈനയിലെ വൻമതിൽ

ത്ഭുതങ്ങളിൽ ഒന്നാണ്. ആ മതിലിന് 1,400 നാഴിക നീളമുണ്ട്. 20 മുതൽ 30 വരെ അടി ഉയരവും 25 അടി വീതിയും. വല്ലാത്ത അതിശയം തന്നെ. വെള്ളപ്പൊക്കത്തിൽനിന്നും ശത്രുക്കളിൽനിന്നും രാജ്യത്തെ രക്ഷിക്കാൻ നടത്തിയ വലിയ പരിശ്രമമാണ് ചൈനയിലെ വൻമതിൽ. അടിമകളെ ക്കൊണ്ടാണ് പണിയെടുപ്പിച്ചത്. പണിയെടുക്കാൻ മാത്രം വിധിക്കപ്പെട്ട മനുഷ്യമാടുകളായിരുന്നല്ലോ അടിമകൾ.

അക്കാലത്ത് കൃഷിയും വ്യവസായവും വളർന്നു. ചൈനക്കാർ പട്ടു വസ്ത്രനിർമാണത്തിലേർപ്പെട്ടു. അതിനായി പട്ടുനൂൽ പുഴുക്കളെ വളർത്തി. കടലാസും അച്ചടിവിദ്യയും ചൈനക്കാരുടെ സംഭാവനയാണ്. ചൈനയിലെ ഹൊയാങ്ഹോ-യാങ്ടിസ് നദീതടങ്ങളിലാണ് നവീനമായ സംസ്കാരം പുഷ്പിച്ചത്.

സൈന്ധവസംസ്കാരം ഇന്ത്യയുടെ പ്രാചീനമഹിമയെ പ്രസരിപ്പി ക്കുന്നു. വിശാലമായ സിന്ധുഗംഗാതടങ്ങളിലാണ് സൈന്ധവസംസ്കാരം പൂത്തുവിടർന്നത്. അവിടത്തെ ആദിമനിവാസികളുടെ മഹത്തായ സംഭാ വനയാണത്. പുറത്തുനിന്നും കടന്നുവന്ന ആര്യന്മാരുടെ സംഭാവനയാ യിട്ടാണ് പാശ്ചാത്യചരിത്രകാരന്മാർ ഇതിനെ വിശേഷിപ്പിച്ചത്. അടുത്ത കാലത്ത് മോഹൻജദാരോവിലും ഹാരപ്പയിലും കുഴിച്ചുനോക്കിയപ്പോ ഴാണ് സവിശേഷമായ ഒരു സംസ്കാരത്തിന്റെ അവശേഷിപ്പുകൾ കണ്ടു കിട്ടിയത്. അതോടെ അതുവരെയുണ്ടായിരുന്ന വാദഗതികൾ തകർന്നു

പോയി. 5,000 വർഷങ്ങൾക്കുമുൻപ് ഭാരതീയരായ തദ്ദേശവാസികൾ പടുത്തുയർത്തിയ മഹത്തായ സംസ്കാരമാണെന്നും തെളിഞ്ഞു.

വികസിതമായ ഒരു നഗരത്തിന്റെ അവശിഷ്ടങ്ങൾ അവിടെനിന്നു കിട്ടി. കൂടാതെ കൃഷിക്കുവേണ്ടി ഒരുക്കിയിരുന്ന ജലസേചന സൗകര്യങ്ങൾ, അണക്കെട്ട് എന്നിവയും കാണാനായി. അവർ ലോഹങ്ങൾ ഉപയോഗിച്ചിരുന്നു.

ഭാരതത്തിലേക്ക് കടന്നുവന്ന് വാസമുറപ്പിച്ച ആര്യന്മാരും സാംസ്കാരികവളർച്ചയ്ക്കു സംഭാവ നനൽകി. വേദങ്ങൾ ആര്യന്മാരുടെ സംഭാവനയാണ്.

അമേരിക്കയിലെ ആദിമ നിവാസികളും പുരാതനകാലത്തുതന്നെ പുരോഗതി നേടിയിരുന്നു. അവരുടെ ഇടയിലുള്ള വിവിധ വിഭാഗങ്ങൾ അവരുടേതായ പ്രാകൃതഭാഷകൾ സംസാരിച്ചു. അവർ ശിലായുധങ്ങളുപയോഗിച്ചു. പിന്നീട് വിദേശികൾ ആഫ്രിക്കയിൽ കടന്നുകയറി. അവിടത്തെ ആദിമനിവാസികളുടെ മേൽ ആധിപത്യം നേടുകയായിരുന്നു.

അതിപ്രാചീനകാലത്തുതന്നെ ഗ്രീസിലും തനിമയാർന്ന ഒരു സംസ്കാരം രൂപപ്പെട്ടിരുന്നു. മെഡിറ്ററേനിയൻ കടൽത്തീരത്തുള്ള ഒരു രാജ്യമാണ് ഗ്രീസ്. ഗ്രീസിൽ നേരത്തെയുണ്ടായിരുന്ന ഈജിയൻ നാഗരികതയും വിശേഷപ്പെട്ടതുതന്നെ. കടന്നുവന്ന ആര്യന്മാർ അവിടെ സ്ഥിരവാസമുറപ്പിക്കുകയായിരുന്നു. നിലവിലുണ്ടായിരുന്ന സംസ്കാരത്തെ അവർ വികസിപ്പിച്ചു. ഏകദേശം 4000 വർഷങ്ങൾക്കു മുൻപാണിത്.

ഗ്രീസിൽ ഏകദേശം 3500 വർഷങ്ങൾക്കു മുമ്പുതന്നെ ലിഖിതവിദ്യ നിലവിൽവന്നു. അക്ഷരമാലയിൽ സ്വരാക്ഷരങ്ങളവതരിപ്പിച്ചതും അവർതന്നെയാണ്. പ്രാചീനകാലത്തുതന്നെ ലോകപ്രസിദ്ധങ്ങളായ കാവ്യങ്ങൾ ഗ്രീസിലുണ്ടായി. *ഇലിയഡും ഒഡീസിയും*. ആരാണ് അതിന്റെ കർത്താവെന്നറിയുമോ? പറയാം. ഹോമർ. അദ്ദേഹം അന്ധനായിരുന്നു എന്നാണ് പറഞ്ഞുവരുന്നത്. ആ കാലഘട്ടത്തിലെ ഗ്രീക്കു ജീവിതത്തെക്കുറിച്ചുള്ള ചിത്രീകരണങ്ങളാണ് ആ കൃതികളിൽ തിളങ്ങിനിൽക്കുന്നത്. ഗ്രീസിലെ നഗരരാഷ്ട്രങ്ങൾ ഇന്നും ശ്രദ്ധാവിഷയമായി തുടരുന്നു. ഗ്രീസ് വലിയ വളർച്ച നേടിയത് അടിമത്തകാലത്താണ്. സവിശേഷമായ ഒരു വാസ്തുശിൽപ്പവിദ്യയും അവർ വികസിപ്പിച്ചെടുത്തു.

ഹോമർ

റോമൻജനതയുടെ വളർച്ചയും എടുത്തുപറയേണ്ടതാണ്. അച്ചടക്കം, നിയമം എന്നിവയ്ക്ക് പ്രാരംഭം കുറിച്ചത് റോമാക്കാരാണ്. നഗരം, നഗരരാ

ഷ്ട്രത്തിലെ ജീവിതം ഇവയായിരുന്നു റോമൻ സംസ്കാരത്തിന്റെ അന്ത സ്സത്ത. റോമിലെ നഗരരാഷ്ട്രങ്ങൾ പ്രസിദ്ധമാണ്.

ലോകത്തിലെ പല രാജ്യങ്ങളിലേയും ജനങ്ങൾ അവരുടെ ആവ ശ്യങ്ങൾക്കനുസരിച്ച് പുതിയ പരിഷ്കാരസവിശേഷതകൾ വളർത്തിയെ ടുത്തിട്ടുണ്ട്. ഏഥൻസ്, പേർഷ്യ തുടങ്ങിയ രാജ്യങ്ങളിൽ ഉയർന്നുവന്ന വയും പ്രധാനപ്പെട്ടതുതന്നെ. എല്ലാം ഇവിടെ പകർത്തിയാൽ കണക്കി ലേറെ നീണ്ടുപോകും.

പ്രാചീനജനവിഭാഗം കാടന്മാരായിരുന്നുവെങ്കിലും സ്നേഹവും സന്തോഷവും അവരിൽ പൂത്തുലഞ്ഞു. അതിനെ പ്രാകൃതകമ്യൂണിസം എന്നാണു വിളിക്കുന്നത്. ഒന്നും സ്വന്തമായി ഇല്ലാത്ത കാലം.

സ്വന്തമെന്ന ചിന്ത വന്നപ്പോഴാണ് സമൂഹത്തിൽ വേർതിരിവുണ്ടാ യത്. സ്വത്തുള്ളവനും സ്വത്തില്ലാത്തവനും. അധികാരം സ്വത്തുള്ളവന്റെ കൈകളിലായി. ഇല്ലാത്തവരെ അടിച്ചമർത്തി.

പല സാമൂഹ്യവ്യവസ്ഥകൾ മാറിവന്നിട്ടുണ്ട്. ഇനിയും മാറും. മാറ്റം ഒരു സത്യമാണ്.

പരിഷ്കാരത്തെക്കുറിച്ചു പറഞ്ഞുവന്നതിനിടയിലാണ് വഴിമാറിപ്പോ യത്? സാരമില്ല, നമുക്കുതിരിച്ചുവരാം.

പേർഷ്യക്കാരും ലോകത്തിനു വലിയ സംഭാവന നൽകിയിട്ടുണ്ട്. ഇറാൻ പീഠപ്രദേശത്തിന്റെ വടക്കുള്ളവരാണ് പേർഷ്യക്കാർ. 9 അക്ഷര ങ്ങളുള്ള ഒരു പുതിയ അക്ഷരമാല അവർ വാർത്തെടുത്തു. വിദേശരാ ജ്യങ്ങളുമായുള്ള സമ്പർക്കത്തിന് പുതിയ യാത്രാമാർഗങ്ങൾ കണ്ടെത്തി.

3

പ്രാചീനകാല രാജ്യങ്ങൾ

ഐതിഹ്യങ്ങളും കെട്ടുകഥകളുമായി കൂട്ടിപ്പിണഞ്ഞു കിടക്കുന്നതാണ് രാജ്യങ്ങളുടെ പ്രാചീനകാലചരിത്രം. അതിൽനിന്നും വേർതിരിച്ചെടുത്ത വിവരങ്ങളാണ് ഇന്നുള്ളത്. എല്ലാ രാജ്യങ്ങളെക്കുറിച്ചും പറയാനല്ല, പ്രധാനപ്പെട്ട ചിലതു പരാമർശിച്ചുപോകാനാണ് ശ്രമിക്കുന്നത്.

പ്രാചീന ഈജിപ്ത്

ആഫ്രിക്കയെക്കുറിച്ചു കേട്ടിരിക്കുമല്ലോ? കാപ്പിരികളുടെ നാട്. അതിന്റെ വടക്കുകിഴക്കെ മൂലയിലാണ് ഈജിപ്തിന്റെ സ്ഥാനം. "നൈൽ നദിയുടെ പുത്രി" "നൈൽനദിയുടെ ദാനം" എന്നെല്ലാം ഈജിപ്തിന് വിശേഷണനാമങ്ങളുണ്ട്. നൈൽനദിയുമായി ബന്ധപ്പെട്ടതാണ് ഈജിപ്തിന്റെ ജീവിതവും സംസ്കാരവും.

നവീനശിലായുഗമെന്നു നേരത്തെ പറഞ്ഞതോർമയുണ്ടല്ലോ..? ആ കാലത്ത് അയൽരാജ്യങ്ങളിൽനിന്ന് കുടിയേറിപ്പാർത്തവരാണ് ഈജിപ്തിലെ ജനങ്ങൾ. ഏകദേശം 4000 വർഷങ്ങളിലെ ഈജിപ്തിന്റെ ചരിത്രമേ അറിയാൻ കഴിഞ്ഞിട്ടുള്ളൂ. അതിനുമുമ്പുള്ളവയെല്ലാം കേവലം നിഗമനങ്ങൾ മാത്രം. രാജവാഴ്ചയ്ക്കു മുമ്പ് നഗരരാഷ്ട്രങ്ങളുണ്ടായിരുന്നു. അവ സംയോജിപ്പിച്ച് രണ്ട് രാഷ്ട്രങ്ങളുണ്ടായി. ദക്ഷിണ ഈജിപ്ത്, ഉത്തര ഈജിപ്ത്. ക്രിസ്തുവിന് മുമ്പ് മൂവായിരത്തിതൊണ്ണൂറിനോടടുത്ത് രണ്ടു രാജ്യങ്ങളും ഒരു രാജാവിന്റെ കീഴിലായി. 'ഫറോ' എന്നാണ് അവിടുത്തെ രാജാക്കന്മാർ അന്ന് അറിയപ്പെട്ടിരുന്നത്. ഫറോ കാലഘട്ടത്തിൽ 31 രാജവംശങ്ങൾ തുടർച്ചയായി ഇവിടെ ഭരണം നടത്തി. ഈ കാലഘട്ടത്തിൽ പൊതുവിൽ അഭിവൃദ്ധിയും സംതൃപ്തിയും കളി

യാടിയിരുന്നു. ക്രമേണ രാജവംശം ദുർബലമായി. അപ്പോൾ വിദേശികൾ ഈജിപ്തിനു നേരെ ആക്രമണമാരംഭിച്ചു.

പുരാതന ഈജിപ്തിലെ ഏറ്റവും മഹാനായ ചക്രവർത്തി 'അഖ്നാടൻ' ആയിരുന്നു.

ലോകത്തിലെ ആദ്യത്തെ വനിതാഭരണാധികാരിയും ഈജിപ്തിന്റെ സംഭാവനയാണ്. പേരുകേൾക്കാൻ രസമുണ്ട്. "ഹാത്ഷേപ്പ് സൂത്ത്" അവർ നിപുണയായ ഭരണാധികാരിയായിരുന്നു.

രാജഭരണം ദുർബലമായപ്പോൾ വിദേശീയാക്രമണമാരംഭിച്ച കാര്യം പറഞ്ഞല്ലോ. അതുമൂലം രാജ്യം ദുർബലപ്പെടുകയും അധപ്പതിക്കുകയും ചെയ്തു.

എ ഡി ഒന്നാം നൂറ്റാണ്ടിൽ ഈജിപ്ത് റോമാസാമ്രാജ്യത്തിൽ ലയിച്ചു. വൈദ്യശാസ്ത്രത്തിന് ഈജിപ്ത് വലിയ സംഭാവനനൽകി. അവർക്ക് ശ്രേഷ്ഠമായ ഒരു സാഹിത്യവുമുണ്ടായിരുന്നു. തത്വചിന്താപരവും മതപരവുമായിരുന്നു ആ കാലത്തെ സാഹിത്യകൃതികൾ.

ചൈനയുടെ പ്രാചീന ചരിത്രം

ചൈനയുടെ ആദിമചരിത്രം അജ്ഞാതമാണ്, നഗരരാഷ്ട്രങ്ങളുടെ നാടായിരുന്നു ചൈന എന്നാണ് പറയുന്നത്. കാലക്രമത്തിൽ അവയെല്ലാം യോജിപ്പിച്ച് ഒരു സാമ്രാജ്യം രൂപീകരിച്ചു. ഷാങ്ങ്‌രാജവംശമാണ് ആദ്യത്തേത്. ബി സി 1750 ലാണ് അവരുടെ ഭരണമാരംഭിച്ചത്. പിന്നീട് ചൈന ചൗരാജവംശത്തിന്റെ ഭരണത്തിലായി. അതിനുചുറ്റും പല ചെറിയരാജ്യങ്ങളുമുണ്ടായിരുന്നു. ചക്രവർത്തി ദുർബലനായതിനാൽ രാജ്യം 20 നാടുവാഴികളുടെ ഭരണത്തിലായി. ക്രമേണ രാജ്യം മറ്റൊരു രാജാവിന്റെ ഭരണത്തിലായി.

കൺഫ്യൂഷിയസ്

ചൈനയെ വടക്കുനിന്ന് തുടർച്ചയായി ഹൂണന്മാരാക്രമിച്ചു. അതിനെ തടയുന്നതിനാണ് 1,400 മൈൽ നീളമുള്ള വന്മതിൽ നിർമിച്ചത്. തടവുകാരായി പിടിക്കപ്പെട്ട അടിമകളാണ് പത്തുകൊല്ലം കൊണ്ട് മതിലിന്റെ പണി പൂർത്തിയാക്കിയത്.

ചൗ ഭരണകാലത്ത് ചൈനയിൽ വലിയ പുരോഗതിയുണ്ടായി. ഭൂവിതരണവും ജലസേചനവും ഏർപ്പെടുത്തിയതിനാൽ കൃഷി അഭിവൃദ്ധിപ്പെട്ടു. കൺഫ്യൂഷിയസ്, ലവോസെ എന്നിവർ ചൈനയിലെ വലിയ ചിന്തകന്മാരായിരുന്നു.

ലാവോസെ 'താവോ' എന്ന മതം സ്ഥാപിക്കുകയും ചെയ്തു. അദ്ദേഹത്തെ ചൈനയിലെ ഗൗതമബുദ്ധൻ എന്നാണ് വിശേഷിപ്പിച്ചിട്ടുള്ളത്. ചൈനയിലെ ഏറ്റവും പ്രസിദ്ധ ദാർശനികൻ കൺഫ്യൂഷ്യസാണ്. അദ്ദേഹത്തിന്റെ ചിന്തകൾ ജനങ്ങളെ സ്വാധീനിച്ചു. ആയിരക്കണക്കായ വിദ്യാർഥികൾ അദ്ദേഹത്തിന്റെ ശിഷ്യന്മാരായിത്തീരുകയും ചെയ്തു.

പ്രാചീന ഗ്രീസ്

മറ്റു രാജ്യങ്ങളെപ്പോലെ ഗ്രീസിന്റെ പ്രാചീനചരിത്രവും ഇരുളിലാണ്ടു കിടക്കുന്നു. പ്രാചീനകൃതികളായ *ഒഡീസി, ഇലിയഡ്* എന്നിവയിൽനിന്ന് ആ കാലഘട്ടത്തെക്കുറിച്ചു മനസിലാക്കാൻ കഴിയും. മെഡിറ്ററേനിയൻ കടൽത്തീരത്തുള്ള ഒരു രാജ്യമാണ് ഗ്രീസ്.

ഗ്രീക്കുകാർ ഗ്രീസിലെ ആദിമനിവാസികളല്ല, അവർ കുടിയേറി പാർത്തവരാണ്. അതിനുമുമ്പുണ്ടായിരുന്നവരെ ഈജിയന്മാർ എന്നുവിളിക്കുന്നു. അവർ വളരെ പരിഷ്കൃതരായ ഒരു ജനസമൂഹമായിരുന്നു.

പല വിഭാഗക്കാരും ഗ്രീസിൽ കുടിയേറി ആധിപത്യമുറപ്പിച്ചു. ഓരോ അധിനിവേശവും അവരുടേതായ സംഭാവനകളും ഗ്രീസിനു നൽകിയിട്ടുണ്ട്. ക്രമേണ ഗ്രീസ് അനേകം ചെറിയ രാജ്യങ്ങളായി വിഭജിക്കപ്പെട്ടു. ഓരോ രാജ്യത്തിനും ഓരോ ഭരണാധികാരിയും ഉണ്ടായിരുന്നു. ഇന്ത്യയിലെ നാടുവാഴിവ്യവസ്ഥപോലെയുള്ള ഭരണമായിരുന്നു അന്ന് ഗ്രീസിലും.

കൃഷിയും കന്നുകാലിവളർത്തലുമായിരുന്നു അവരുടെ പ്രധാന തൊഴിൽ. ഗ്രീസിലെ നഗരരാഷ്ട്രങ്ങൾ പ്രസിദ്ധമാണ്. ഗ്രീസിലെ വിശ്വപ്രസിദ്ധകവി ഹോമർ ആയിരുന്നു.

ബ്രിട്ടൺ

ബ്രിട്ടൺ എന്നത് ഒരു രാജ്യമല്ല. മൂന്നുദ്വീപുകൾ ചേർന്നതാണ്. ഇംഗ്ലണ്ട്, അയർലണ്ട്, സ്കോട്ട്ലണ്ട് അവയെചേർത്ത് ബ്രിട്ടീഷ് ദ്വീപുകൾ എന്നാണ് വിളിക്കുന്നത്. ബ്രിട്ടന് അതിപുരാതനമായ സാംസ്കാരികപാരമ്പര്യമില്ല. എന്നാൽ പ്രാചീനശിലായുഗവും നവീനശിലായുഗവും കടന്നാണ് മുന്നേറിയത്.

ബ്രിത്തൺ എന്ന ജനവിഭാഗം താമസിച്ചിരുന്നതുകൊണ്ടാണ് രാജ്യത്തിന് ബ്രിട്ടൺ എന്നുപേരുണ്ടായതെന്നു പറയുന്നു. ആര്യവർഗവിഭാഗത്തിൽപ്പെട്ടവരായിരുന്നു അവിടത്തെ നിവാസികൾ. യൂറോപ്യൻ വൻകരയിലുള്ള രാജ്യങ്ങളുമായി അവർക്ക് വ്യാപാരബന്ധമുണ്ടായിരുന്നു.

ക്രിസ്തുമതത്തിന്റെ തുടക്കത്തിൽ ജൂലിയസ് സീസർ ബ്രിട്ടനെ ആക്രമിച്ചു. തുടർന്ന് 350 വർഷത്തിലധികം റോമാക്കാർ ബ്രിട്ടനിൽ കുടിയേറിപ്പാർത്തു. അവരെല്ലാം റോമൻ പട്ടാളക്കാരായിരുന്നു. അതുമൂലം റോമൻനാഗരികത ബ്രിട്ടനിലും സ്വാധീനമുറപ്പിച്ചു. അത് ബ്രിട്ടണ് നല്ല മുന്നേറ്റമുണ്ടാക്കി. ഏകദേശം നാലു നൂറ്റാണ്ടുകൾക്കുശേഷം റോമൻ കുടിയേറ്റ

ക്കാർ തിരിച്ചുപോയി. അങ്ങനെ ബ്രിട്ടൺ റോമാസാമ്രാജ്യത്തിൽനിന്നു സ്വതന്ത്രമായി. റോമാക്കാരുടെ തിരോധനം വിദേശീയാക്രമണത്തിനു വഴിതെളിച്ചു. ആംഗ്ലോ-സാക്സൺ വിഭാഗക്കാർ ബ്രിട്ടനെ അധീനപ്പെടുത്തി. മറ്റു ചില അയൽരാജ്യങ്ങളും ബ്രിട്ടനെ ആക്രമിച്ചു. ശത്രുക്കളെ എതിർത്തു നിൽക്കാനുള്ള കരുത്ത് അവർക്കില്ലാതായിപ്പോയി. റോമൻ പട്ടാളക്കാർ കുടിയേറിപ്പാർത്തകാലത്ത് അവരുടെ തണലിൽ ബ്രിട്ടീഷുകാർ അലസരായിട്ടാണ് കഴിഞ്ഞത്. ഇത് അവരെ ദുർബലരാക്കി മാറ്റാനിടവരുത്തി. അതിനാൽ അനേകം ആക്രമണങ്ങൾക്ക് ബ്രിട്ടൺ വിധേയമായി.

എ ഡി 827ലാണ് ഇംഗ്ലണ്ടിൽ ശക്തമായ ഒരു ഭരണകൂടമുണ്ടായത്.

ആംഗ്ലോ-സാക്സൺമാർ റോമാക്കാരെക്കാൾ പ്രാകൃതരായിരുന്നു. അവർ ക്രിസ്ത്യാനികളായിരുന്നില്ല, എങ്കിലും ക്രമേണ അവർ ക്രിസ്തുമതം സ്വീകരിച്ചു. ഇംഗ്ലണ്ടിൽ വിജ്ഞാനവും വിദ്യാഭ്യാസവും വ്യാപിപ്പിക്കുന്നതിൽ ക്രിസ്തീയസഭ വലിയ സംഭാവന നൽകി.

4

പ്രാചീനഭാരതം

ഭാരതത്തിന്റെ പ്രാചീനകാലചരിത്രം ഇന്നും ഇരുളിലാണ്ടുകിടക്കുകയാണ്. സിന്ധു എന്നതിൽ നിന്നാണ് ഇന്ത്യ എന്ന പേരുണ്ടായത്. പേർഷ്യക്കാരാണ് ഇങ്ങനെ നാമകരണം നടത്തിയതെന്നു പറയുന്നു.

പ്രാചീനശിലാവശിഷ്ടങ്ങൾ ഇന്ത്യയുടെ പല ഭാഗങ്ങളിലും കണ്ടെത്തിയിട്ടുണ്ട്. അതിനാൽ ശിലായുഗവും ലോഹയുഗവും കടന്നാണ് ഇന്ത്യ മുന്നേറിയതെന്നു കാണാം. അതിനിടയിൽ പല ഭരണസംവിധാനങ്ങൾ ആവിർഭവിക്കുകയും തിരോഭവിക്കുകയും ചെയ്തിട്ടുണ്ട്.

ഭാരതത്തിലെ ഏറ്റവും പൗരാണികമായ രാജ്യം മൗര്യസാമ്രാജ്യമായിരുന്നു. ചന്ദ്രഗുപ്തമൗര്യനാണ് ഇതിന്റെ സ്ഥാപകൻ. അതിനുമുമ്പുണ്ടായിരുന്ന നന്ദരാജവംശത്തെ തകർത്താണ് അദ്ദേഹം അധികാരം സ്ഥാപിച്ചത്. പാടലീപുത്രമായിരുന്നു മൗര്യസാമ്രാജ്യത്തിന്റെ തലസ്ഥാനം. അക്കാലത്താണ് മാസിഡോണിയൻ ചക്രവർത്തിയായ അലക്സാണ്ടറുടെ ഇന്ത്യാ ആക്രമണം. ചന്ദ്രഗുപ്തൻ അതിനെ തടഞ്ഞുനിർത്തി. മാത്രമല്ല യുദ്ധവീരനായ ചന്ദ്രഗുപ്തൻ അയൽരാജ്യങ്ങൾ വെട്ടിപ്പിടിച്ച് തന്റെ സാമ്രാജ്യം വിപുലപ്പെടുത്തുകയും ചെയ്തു. അക്കാലത്ത് പാടലീപുത്രത്തിലെത്തിയ ഗ്രീക്ക് സ്ഥാനപതി മെഗസ്റ്റനീസ് ഇന്ത്യയെക്കുറിച്ച് എഴുതിയിട്ടുണ്ട്. അതിൽനിന്നും അന്നത്തെ അവസ്ഥയെക്കുറിച്ച് മനസിലാക്കാൻ നമുക്കു കഴിഞ്ഞു.

പ്രാചീനകാലത്തുതന്നെ ഇന്ത്യൻ സമൂഹം ജാതികളും ഉപജാതികളുമായി വേർതിരിഞ്ഞു. അന്യോന്യം ഭക്ഷണം കഴിക്കുകയോ വിവാഹബന്ധത്തിലേർപ്പെടുകയോ ചെയ്തിരുന്നില്ല. പടിഞ്ഞാറൻ രാജ്യങ്ങളിൽനിന്ന് ഏറെ വ്യത്യസ്തമായ സമ്പ്രദായമായിരുന്നു ഇത്. ബ്രാഹ്മണമേധാവിത്വകാലഘട്ടത്തിലാണ് കടുത്തജാതിവ്യത്യാസം ഇന്ത്യയിൽ

അശോകൻ

ഉടലെടുത്തത്. വളരെ പ്രാചീനമായ കാലത്ത് മനുഷ്യർ തമ്മിൽ ഒരു വേർതിരിവും ഉണ്ടായിരുന്നില്ലല്ലോ. ഗോത്രവ്യവസ്ഥയിലെ തൊഴിൽക്കൂട്ടങ്ങളാണ് ജാതിയായി പരിണമിച്ചത്. അപ്പോഴും ജാതീയമായ അകൽച്ചകളുണ്ടായിരുന്നില്ല. പിന്നീട് ചാതുർവർണ്യസംസ്കാരത്തിലൂടെ ജനങ്ങളെ ഭിന്നിപ്പിച്ച് മനുഷ്യനെ അകറ്റിനിർത്തുകയായിരുന്നു.

ചന്ദ്രഗുപ്തനുശേഷം അദ്ദേഹത്തിന്റെ പുത്രനായ ബിംബിസാരൻ ചക്രവർത്തിയായി. അതിനുശേഷം അശോകൻരാജാവായി. അശോകചക്രവർത്തിയെ കേട്ടിരിക്കുമല്ലോ. അശോകസ്തംഭവും അശോകചക്രവും അദ്ദേഹത്തിന്റെ പേരുമായി ബന്ധപ്പെട്ടുണ്ടായതാണ്. ബി സി 261 ൽ അശോകൻ നടത്തിയ കലിംഗയുദ്ധം പ്രസിദ്ധമാണ്. യുദ്ധത്തിന്റെ ദുരനുഭവങ്ങൾ അദ്ദേഹത്തിന്റെ മനസിനെ ദു:ഖിപ്പിച്ചു. ശേഷിച്ച കാലം ബുദ്ധമതപ്രചാരണത്തിനായിട്ടാണ് അദ്ദേഹം ഉപയോഗിച്ചതെന്നുപറയുന്നു. ജീവകാരുണ്യപരമായ ഒട്ടേറെ പരിഷ്കാരങ്ങൾ അശോകൻ നടപ്പിലാക്കി. 100 വർഷക്കാലം നീണ്ടുനിന്ന മൗര്യവംശഭരണം കാര്യക്ഷമമായിരുന്നു. രാജഭരണത്തിന്റെ സ്വേച്ഛാധിപത്യസ്വഭാവത്തിന് ഒട്ടും കുറവുണ്ടായിരുന്നില്ലതാനും. ഏറ്റവും പാവപ്പെട്ടവരുടെ കഷ്ടപ്പാടുകൾക്ക് ഒരു കുറവുമുണ്ടായിരുന്നില്ല.

മൗര്യഭരണകാലത്ത് ചരക്കുകളും കമ്പോളവും സർക്കാർ നിയന്ത്രണത്തിലായിരുന്നു. വിപണിനിയമം ലംഘിക്കുന്നവരെ കഠിനമായി ശിക്ഷിച്ചു. പൊതുവെ സംതൃപ്തമായിരുന്നു മൗര്യഭരണകാലം.

കുഷാൻ സാമ്രാജ്യം

ക്രമേണ മൗര്യസാമ്രാജ്യം ഛിന്നഭിന്നമായി. ശക്തമായ ഭരണത്തിന്റെ അഭാവത്തിൽ വിദേശീയാക്രമണങ്ങൾ തുടരെത്തുടരെയുണ്ടായി. ഈ ഘട്ടത്തിലാണ് കുഷാൻ വർഗത്തിന്റെ ആക്രമണം. എ ഡി ഒന്നാം നൂറ്റാണ്ടിൽ മധ്യേഷ്യയിൽനിന്നെത്തിയ ഇവർ വടക്കേ ഇന്ത്യയിൽ സാമ്രാജ്യം സ്ഥാപിച്ചു. ആ വംശത്തിലെ പ്രബലരാജാവാണ് കനിഷ്കൻ. പല അയൽ രാജ്യങ്ങളെയും കീഴ്പെടുത്തി സാമ്രാജ്യവിസ്തൃതി വർധിപ്പിച്ചു.

കനിഷ്കൻ

കനിഷ്കന്റെ കാലത്ത് കലയും സാഹിത്യവും വലിയ വികാസം നേടി. കവികളെയും സാഹിത്യകാരന്മാരെയും അദ്ദേഹം പ്രോത്സാഹിപ്പിച്ചതാണ് ഇതിനുകാരണം. നാഗാർജ്ജുനൻ, അശ്വഘോഷൻ വസുമിത്രൻ തുടങ്ങിയ മഹാപണ്ഡിതന്മാരും കവികളും കനിഷ്കന്റെ കൊട്ടാരത്തിൽ സാംസ്കാരിക പ്രഭ പരത്തി. വൈദ്യശ്രേഷ്ഠന്മാരായ ചരകനും ശുശ്രുതനും ചരകന്റെ കൊട്ടാരത്തിൽ സംരക്ഷിക്കപ്പെട്ടവരാണ്. ഗാന്ധാരശിൽപ്പകലയുടെ സമാരംഭവും അക്കാലത്തുതന്നെ. കനിഷ്കന്റെ കാലശേഷം രാജ്യം ദുർബലമായി. പിന്നീടാണ് ഗുപ്തവംശത്തിന്റെ ഭരണകാലം. ചന്ദ്രഗുപ്തൻ ഒന്നാമനാണ് ഗുപ്തവംശം സ്ഥാപിച്ചത്. അദ്ദേഹം ശക്തനായ ഭരണാധികാരിയായിരുന്നു. അദ്ദേഹത്തിന്റെ മകനായ സമുദ്രഗുപ്തനാണ് സാമ്രാജ്യത്തെ ഏറ്റവും കൂടുതൽ വികസിപ്പിച്ചത്. പല രാജ്യങ്ങളും പടവെട്ടിപ്പിടിച്ച് ഏറ്റവും വലിയ സാമ്രാജ്യശക്തിയായി അദ്ദേഹം വളർന്നു. സമുദ്രഗുപ്തൻ ഒരു സർവകലാവല്ലഭനായിരുന്നു. മാത്രമല്ല കവികളെയും സാഹിത്യകാരന്മാരെയും പ്രോത്സാഹിപ്പിക്കുകയും ചെയ്തു. ചന്ദ്രഗുപ്തവിക്രമാദിത്യനാണ് പിന്നീട് ചക്രവർത്തിയായത്. അദ്ദേഹത്തിന്റെ കാലത്താണ് ചൈനീസ് സഞ്ചാരിയായ ഫാഹിയാന്റെ ഇന്ത്യാസന്ദർശനം. അദ്ദേഹത്തിന്റെ യാത്രാവിവരണങ്ങളിൽ ചന്ദ്രഗുപ്ത വിക്രമാദിത്യന്റെ ഭരണകാലം വിവരിച്ചിട്ടുണ്ട്. കലാസാഹിത്യാദികളിലും ശാസ്ത്രരംഗത്തും അന്ന് വലിയ പുരോഗതിയുണ്ടായിരുന്നു. നവരത്നങ്ങളെന്നറിയപ്പെടുന്ന കാളിദാസനും മറ്റു കവികളും പണ്ഡിതന്മാരും അദ്ദേഹത്തിന്റെ സദസ്യരായിരുന്നു. ശാസ്ത്രകാരനായ ആര്യഭടനും വിക്രമാദിത്യത്തിന്റെ സംരക്ഷണയിലാണ് പ്രവർത്തിച്ചത്. അദ്ദേഹമാണ് ഭൂമി സ്വന്തം അച്ചുതണ്ടിൽ ഭ്രമണം ചെയ്യുന്നു എന്ന് തിരിച്ചറിഞ്ഞത്. വിദ്യാഭ്യാസത്തിൽ വലിയ പുരോഗതിയുണ്ടായി. അക്കാലത്താണ് പ്രശസ്തമായ നളന്ദ സർവകലാശാല സ്ഥാപിച്ചത്. ഗുപ്തകാലഘട്ടത്തെ ഇന്ത്യയുടെ സുവർണകാലം എന്നാണ് വിശേഷിപ്പിച്ചിട്ടുള്ളത്.

ബുദ്ധമതം പരിക്ഷീണമായതും ഹിന്ദുമതം മുന്നേറിയതും ഗുപ്തഭരണകാലത്താണ്.

ഹർഷസാമ്രാജ്യം

ഗുപ്തസാമ്രാജ്യത്തിനുശേഷം രാജ്യം ശിഥിലമായി. വളരെകാലം ഉത്തരേന്ത്യയിൽ കരുത്തുള്ള ഒരു ഭരണാധികാരി ഉണ്ടായിരുന്നില്ല. ചെറിയ ചെറിയ രാജ്യങ്ങളെ സംയോജിപ്പിച്ച് ശക്തമായ ഒരു സാമ്രാജ്യം പിന്നീട് സ്ഥാപിച്ചത് താനേശ്വരത്തെ രാജാവായ ഹർഷവർധനനാണ്. ക്രിസ്തുവിനുശേഷം 606 മുതൽ 647 വരെയാണ് അദ്ദേഹത്തിന്റെ ഭരണകാലം. ഇന്ത്യാചരിത്രത്തിലെ ഏറ്റവും പ്രശസ്തനായ ഒരു ഭരണാധികാരിയായിരുന്നു ഹർഷവർധനൻ, ബാണൻ രചിച്ച *ഹർഷചരിതം* പ്രസിദ്ധമാണ്.അതിൽ രാജാവിനെക്കുറിച്ച് വിവരിച്ചിട്ടുണ്ട്. ചീനസഞ്ചാരിയായ ഹുയാൻസാങ്ങിന്റെ ഇന്ത്യാസന്ദർശനം ഹർഷവർധനന്റെ കാലത്താണ്. വിദ്യാഭ്യാസത്തിന്റെയും സാഹിത്യത്തിന്റെയും വസന്തകാലമായിരുന്നു ഹർഷഭരണകാലഘട്ടം.

ഹർഷവർധനന്റെ നിര്യാണത്തെ തുടർന്ന് സാമ്രാജ്യം തകർന്നുതരിപ്പണമായി.

ആര്യന്മാരും വേദകാലവും

ആര്യന്മാരെക്കുറിച്ചു കേട്ടിരിക്കുമല്ലോ..? അവർ ഇന്ത്യയിലെ ആദിമനിവാസികളായിരുന്നില്ല. മധ്യേഷ്യയിൽനിന്ന് ഇന്ത്യയിലെത്തി സ്ഥിരവാസമുറപ്പിച്ചവരാണ്. ഭാരതത്തിലേക്കുമാത്രമല്ല ലോകത്തിന്റെ പല ഭാഗങ്ങളിലേക്കും അവർ കുടിയേറിപ്പാർത്തു. യൂറോപ്യൻരാജ്യങ്ങൾ, ബാബിലോണിയ എന്നിവിടങ്ങളിലെല്ലാം ആര്യന്മാർ വ്യാപിച്ചു. അതിലെ ഒരു കൂട്ടരാണ് പഞ്ചാബിലൂടെ ഇന്ത്യയിലെത്തിയത്. സിന്ധുഗംഗാസമതലം ആര്യന്മാരെ മദിപ്പിച്ചു. കാലികൾക്കുവേണ്ട പുല്ലും വെള്ളവും അന്വേഷിച്ചായിരുന്നു അവരുടെ യാത്ര. കാലികളുമായി അലഞ്ഞുതിരിയുന്ന ഒരു വർഗമായിരുന്നു അക്കാലത്ത് ആര്യന്മാർ. അവർ രചിച്ച സ്തോത്രഗീതങ്ങൾ, കവിതകൾ, കഥകൾ എന്നിവയിൽനിന്നാണ് ആര്യന്മാരെക്കുറിച്ചറിയാൻ കഴിഞ്ഞത്.

ആര്യന്മാർ ആരാധിക്കുന്ന ദേവതകളെക്കുറിച്ചുള്ള സ്തുതിഗീതങ്ങളാണ് സ്തോത്രങ്ങൾ. ആചാരത്തിലും വിശ്വാസങ്ങളിലും അവർ വ്യത്യസ്തരായിരുന്നു. ആര്യന്മാർ സംസ്കൃതഭാഷ സംസാരിക്കുകയും വേദങ്ങൾ പാടുകയും ചെയ്തു. നാലുവേദങ്ങളെക്കുറിച്ച് കേട്ടിട്ടുണ്ടല്ലോ? *ഋഗ്വേദം, യജുർവേദം, സാമവേദം, അഥർവവേദം.* ഇതിൽ ആദ്യത്തേത് *ഋഗ്വേദം* തന്നെ. വേദങ്ങൾ ആര്യന്മാരുടെ സവിശേഷമായ സംഭാവനയാണ്.

ആര്യന്മാർ ഒരേ കാലത്താണോ ഇന്ത്യയിൽ വന്നത്? അല്ലെന്നാണ് ചരിത്രകാരന്മാർ പറയുന്നത്. പലകാലങ്ങളിലായി ഇന്ത്യയിലെത്തിയ പല ഗോത്രക്കാരായിരുന്നു അവർ. ഹിമാലയത്തിലെ മലയിടുക്കുകളിലൂടെയാണ് കടന്നുവന്നത്. പഞ്ചാബിലെത്തിയ ആര്യന്മാർ, അവിടത്തെ ആദിമനിവാസികളായ ദ്രാവിഡരെ ആക്രമിച്ചു കീഴ്പെടുത്തി അവിടെ താമസമുറപ്പിച്ചു. പിന്നീട് സിന്ധുഗംഗാസമതലപ്രദേശത്തേക്ക് വ്യാപിക്കുകയാ

യിരുന്നു. തദ്ദേശവാസികളായ ദ്രാവിഡർ ഉന്നതസംസ്കാരത്തിന്റെ ഉടമകളായിരുന്നു. എന്നാൽ ആര്യന്മാരുടേതിൽനിന്നും തികച്ചും വ്യത്യസ്തമായിരുന്നു അവരുടെ ജീവിതവും സംസ്കാരവും. ആര്യന്മാർ ദ്രാവിഡരുടെമേൽ വിജയം നേടിയപ്പോൾ അവർ ദ്രാവിഡസംസ്കാരത്തേയും നശിപ്പിക്കുകയുണ്ടായി. എങ്കിലും ആര്യന്മാർ ഭാരതീയ സംസ്കാരത്തിന്റെ വളർച്ചയ്ക്കു വലിയ സംഭാവനകൾ നൽകിയിട്ടുണ്ട്.

ക്രമേണ ആര്യന്മാരും ദ്രാവിഡരും കൂടിക്കലർന്ന് സങ്കരജാതിയും സങ്കരസംസ്കാരവും ഉടലെടുത്തു. ആദ്യകാലത്തെ ആര്യന്മാർ ഗണങ്ങളും ഗോത്രങ്ങളുമായിട്ടാണ് ജീവിച്ചിരുന്നത്. പല ഗണങ്ങൾ ചേർന്നതായിരുന്നു ഗോത്രം. ഗോത്രത്തലവനെ രാജാവെന്നാണ് വിളിച്ചിരുന്നത്. ആര്യന്മാരുടെ കാലത്ത് നാലുവേദങ്ങൾ മാത്രമല്ല നാലുവർണങ്ങളുമുണ്ടായി; അതാണ് ചാതുർവർണ്യം. ബ്രാഹ്മണൻ, ക്ഷത്രിയൻ, വൈശ്യൻ, ശൂദ്രൻ ഇതാണ് ഭാരതത്തിലെ ഹീനമായ ജാതിവ്യത്യാസത്തിന്റെ അടിത്തറയായത്.

ഋഗ്വേദകാലത്ത് ആര്യന്മാരുടെ പ്രധാനതൊഴിൽ കാലിമേയ്ക്കലും കൃഷിയുമായിരുന്നു. അന്ന് സ്ത്രീകൾക്ക് സമൂഹത്തിൽ മാന്യമായ സ്ഥാനമാണുണ്ടായിരുന്നത്.

3500 വർഷങ്ങൾക്ക് മുമ്പാണ് ആര്യന്മാർ ഇന്ത്യയിൽ പ്രവേശിച്ചതെന്നാണ് ചരിത്രകാരന്മാരുടെ അഭിപ്രായം.

ദക്ഷിണഭാരതത്തിലെ പ്രാചീനരാജ്യങ്ങൾ

സംഘകാലകൃതികളാണ് ദക്ഷിണേന്ത്യയെക്കുറിച്ച് അറിവുതരുന്നത്. ക്രിസ്തുവർഷാരംഭത്തിലെ നാലഞ്ചു നൂറ്റാണ്ടുകൾക്കാണ് സംഘകാലം എന്നുപറയുന്നത്. *പതിറ്റുപ്പത്ത്, അകനാനൂറ്, പുറനാനൂറ്* എന്നീ തമിഴ്സാഹിത്യങ്ങളെയാണ് സംഘംകൃതികൾ എന്നറിയപ്പെടുന്നത്. *തിരുക്കുറൽ, ചിലപ്പതികാരം, മണിമേഖല* എന്നിവയും ആ കാലഘട്ടത്തെ പ്രതിഫലിപ്പിക്കുന്നു.

ഉത്തരേന്ത്യയിൽനിന്ന് വളരെ വ്യത്യസ്തമായിരുന്നു ദക്ഷിണേന്ത്യ. സവിശേഷമായ ഒരു സംസ്കാരം പ്രാചീനകാലത്തുതന്നെ ഇവിടെ പൂത്തുലഞ്ഞു. ദ്രാവിഡരായിരുന്നു ഇവിടുത്തെ പൂർവനിവാസികൾ.

സംഘകാലത്ത് ദക്ഷിണേന്ത്യയിൽ മൂന്ന് പ്രധാന തമിഴ് രാഷ്ട്രങ്ങളാണുണ്ടായിരുന്നത്. ചേരരാജ്യം, ചോളരാജ്യം, പാണ്ഡ്യരാജ്യം. ചോളരാജാവ് കരിംകാലചോളനായിരുന്നു. അദ്ദേഹം ചേരന്മാരെയും പാണ്ഡ്യന്മാരെയും കീഴടക്കി രാജ്യം വലുതാക്കി. ആദ്യകാല ചേരരാജാക്കന്മാരിൽ പ്രമുഖൻ ചെങ്കുട്ടവനായിരുന്നു. അദ്ദേഹം തന്റെ രാജ്യത്തെ വളരെ വിപുലമാക്കി. ചെങ്കുട്ടുവൻ സാഹിത്യത്തെയും കലകളെയും പ്രോത്സാഹിപ്പിച്ചു. പാണ്ഡ്യരാജവംശത്തിൽ പ്രമുഖൻ നെടുംചേഴനായിരുന്നു.

ദക്ഷിണേന്ത്യയിലെ ജനസമൂഹം പ്രാചീനകാലത്തുതന്നെ സാംസ്കാരികസവിശേഷത കൈവരിച്ചിരുന്നു. ജാതീയമായ വേർതിരിവുണ്ടാ

യിരുന്നെങ്കിലും രൂക്ഷമായ ജാതിസമ്പ്രദായം പ്രകടമായിരുന്നില്ല. വേർതിരിവില്ലാതെ എല്ലാവർക്കും വിദ്യാഭ്യാസം ലഭിക്കുകയും ചെയ്തു. സ്ത്രീകളും വിദ്യാഭ്യാസത്തിൽ മുൻപന്തിയിലായിരുന്നു. അക്കാലത്ത് ഔവ്വയ്യാർ എന്ന കവയിത്രി ഏറ്റവും മഹത്തരമായ കവിതകളെഴുതി.

ദക്ഷിണേന്ത്യയിലെ ആദിമനിവാസികൾ വൃക്ഷങ്ങളെയും സർപ്പങ്ങളെയും ആരാധിച്ചു. ദേവപ്രീതിക്കായി ജന്തുബലിയും നടത്തി. ബുദ്ധമതസ്വാധീനം വർധിച്ചു. എങ്കിലും ഹിന്ദുമതം, ബുദ്ധമതം, ജൈനമതം എന്നിവ തമ്മിൽ ഒരു വിദ്വേഷവുമില്ലാതെ സൗഹാർദപൂർവം കഴിഞ്ഞുകൂടി.

കേരളം സംഘകാലത്ത് സമൃദ്ധമായിരുന്നു. സംഘകാലകേരളം ഇന്നത്തെ കന്യാകുമാരി ജില്ലയും ഉൾപ്പെട്ടതായിരുന്നു. രണ്ടാം ചേരസാമ്രാജ്യത്തിന്റെ കാലത്ത് സാംസ്കാരികരംഗത്ത് വലിയ പുരോഗതിയുണ്ടായി. ഈ ഘട്ടത്തെ കേരളത്തിന്റെ സുവർണകാലം എന്നു വിശേഷപ്പിക്കാം. സാഹിത്യം, കല, ശാസ്ത്രം എന്നിവയെല്ലാം ഈ കാലത്ത് പുരോഗതി നേടി. ശങ്കരാചാര്യൻ, കുലശേഖര ആൾവാർ, ചേരമാൻ പെരുമാൾ എന്നിവർ എട്ടും ഒൻപതും നൂറ്റാണ്ടുകളിലായി ജീവിച്ച ഉജ്വല തേജസ്സുകളാണ്.

സംഘകാലത്ത് വിദേശരാജ്യങ്ങളായി വ്യാപാരബന്ധമുണ്ടാക്കി. അത് സംസ്കാരത്തേയും ഭാഷയേയും വികസിപ്പിച്ചു.

കാഞ്ചിയിലെ പല്ലവന്മാർ

പ്രാചീനകാലത്ത് തെക്കേ ഇന്ത്യ ഭരിച്ചിരുന്ന ഒരു പ്രബലശക്തിയായിരുന്നു പല്ലവന്മാർ. പല്ലവർ തന്നെ പല കേന്ദ്രങ്ങളിലായിട്ടായിരുന്നു ഭരണം നടത്തിയിരുന്നത്. അതിൽ കാഞ്ചിയിലെ പല്ലവരായിരുന്നു വൻ ശക്തിയായി ഉയർന്നത്. നരസിംഹവർധൻ എന്ന പല്ലവ രാജാവിന്റെ കാലത്ത് ഹ്യൂയാൻസാങ് എന്ന ചീന സഞ്ചാരി കാഞ്ചി സന്ദർശിച്ചു. അക്കാലത്തെ ഭരണത്തെ അദ്ദേഹം മുക്തകണ്ഠം പ്രശംസിച്ചു.

കാര്യക്ഷമമായ ഒരു ഭരണസമ്പ്രദായം പല്ലവർക്കുണ്ടായിരുന്നു. ഭരണത്തിനായി വിപുലമായ ഓഫീസ് സംവിധാനവും വേണ്ടത്ര ഉദ്യോഗസ്ഥരുമുള്ള ഭരണം. ഭരണരീതിയിൽ ഏറ്റവും താഴത്തെപടി ഗ്രാമമായിരുന്നു. ഗ്രാമകാര്യങ്ങൾ നോക്കാൻ ഗ്രാമത്തലവൻ ഉണ്ടായിരുന്നു.

ബുദ്ധമതത്തിനു ഇവിടെ നല്ല സ്വാധീനമുണ്ടായിരുന്നു. എന്നാൽ പല്ലവയുഗത്തിൽ ജൈനബുദ്ധമതങ്ങളുടെ മേലെ ഹിന്ദുമതം ആധിപത്യം നേടി. പല്ലവഭരണം ഹിന്ദുമതനവോത്ഥാനത്തിന്റെ കാലഘട്ടമായിരുന്നു.

അലക്സാണ്ടറുടെ ആക്രമണം

മാസിഡോണിയയിലെ രാജാവായിരുന്നു അലക്സാണ്ടർ. ഈജിയൻകടലിന്റെ വടക്കുപടിഞ്ഞാറെ കോണിലുള്ള ഒരു രാജ്യമായിരുന്നു മാസിഡോണിയ. കുന്നുകളും താഴ്വരകളുമടങ്ങിയ മനോഹരമായ ഒരു

അലക്സാണ്ടർ

ഭൂപ്രദേശം. ഫിലിപ്പ് എന്ന ചക്രവർത്തിയുടെ കാലത്താണ് രാജ്യവിസ്തൃതി വർധിച്ചത്. അദ്ദേഹത്തിന്റെ പുത്രനായ അലക്സാണ്ടർ ബി സി 337ൽ മാസിഡോണിയയിലെ രാജാവായി.

അലക്സാണ്ടറുടെ ആഗ്രഹത്തിന് അതിരുണ്ടായിരുന്നില്ല. ലോകം മുഴുവൻ പിടിച്ചടക്കി അതിന്റെ ചക്രവർത്തിയാകണം. ഒരു ലക്ഷ്യമുണ്ടാകുന്നതു നല്ലതുതന്നെ. അനേകം രാജ്യങ്ങൾ അലക്സാണ്ടർ ആക്രമിച്ചുകീഴ്പ്പെടുത്തി. പിന്നീട്, ചക്രവർത്തിയുടെ സൈന്യം ഗംഗാസമതലത്തിലേക്കുനീങ്ങി; വടക്കേ ഇന്ത്യ അദ്ദേഹത്തിന്റെ അധീനതയിലായി. അതിനിടയിൽ അലക്സാണ്ടർ തിരിച്ചുപോകാൻ നിർബന്ധിതനായി. രാജ്യം പോറസ്സിനെ ഏൽപ്പിച്ചിട്ട് അലക്സാണ്ടർ തിരിച്ചുപോയി. യുദ്ധത്തിൽ പരാജയപ്പെട്ട ശേഷവും പോറസ്സ് പ്രകടിപ്പിച്ച ധീരതയാണ് അലക്സാണ്ടറെ സന്തോഷിപ്പിച്ചത്. അതുകൊണ്ടാണ് പിടിച്ചടക്കിയ രാജ്യങ്ങൾ പോറസ്സിനു നൽകിയതും.

യുദ്ധത്തിൽ മാത്രമല്ല ഗ്രീക്ക് സംസ്കാരത്തിന്റെ പുരോഗതിയിലും അലക്സാണ്ടർ ശ്രദ്ധാലുവായി. അനേകം സാംസ്കാരികകേന്ദ്രങ്ങളും നാടകശാലകളും അദ്ദേഹം സ്ഥാപിച്ചു.

മഹാനായ അലക്സാണ്ടർ എന്ന് വിശേഷിപ്പിക്കാറുണ്ടെങ്കിലും ആ പേരിന് അദ്ദേഹം അർഹനാണോ എന്നത് സംശയമാണ്. അലക്സാണ്ടർ ക്രൂരനും അഹംഭാവിയുമായിരുന്നു.

അലക്സാണ്ടറോടൊപ്പം മാസിഡോണിയാസാമ്രാജ്യവും തകർന്നു. സേനാനായകന്മാർ രാജ്യത്തിനുവേണ്ടി കലഹങ്ങളാരംഭിച്ചു.

പിന്നീടുള്ള മൂന്നുനൂറ്റാണ്ടുകാലം ഹെല്ലിക്ക് യുഗം എന്നാണറിയപ്പെടുന്നത്. ഇതിന്റെ കേന്ദ്രം ഈജിപ്തായിരുന്നു. യവനസംസ്കാരവും പൗരസ്ത്യസംസ്കാരവും സമന്വയിച്ചതായിരുന്നു ഹെല്ലിക്ക് സംസ്കാരം. ശുഭാന്തനാടകങ്ങളുടെ ഘട്ടം കൂടിയായിരുന്നു ഇത്.

ലോകസംസ്കാരത്തിന് ഭാരതത്തിന്റെ സംഭാവന

മത-സാംസ്കാരികരംഗങ്ങളിൽ ഭാരതം ലോകത്തിനു വലിയ സംഭാവന നൽകിയിട്ടുണ്ട്. ചൈന, കൊറിയ, ജപ്പാൻ, തിബത്ത്, സിലോൺ

തുടങ്ങിയ രാജ്യങ്ങളിൽ ശ്രേഷ്ഠമായ സംസ്കാരം പടുത്തുയർത്താൻ ഇന്ത്യ അതിപ്രധാന പങ്കുപഹിച്ചു. ബുദ്ധമതപ്രചാരണത്തിലൂടെയാണ് ഈ നേട്ടം കൈവന്നത്. വ്യാപാരബന്ധവും സാംസ്കാരികവളർച്ചയ്ക്കു സഹായിച്ചിട്ടുണ്ട്. ഹിന്ദുക്കളായ ചില കച്ചവടക്കാരുടെ സമ്പർക്കവും സാംസ്കാരികവികസനത്തിനു കളമൊരുക്കി. ഭാരതീയലിപിയും സംസ്കൃതഭാഷയും അന്യരാജ്യങ്ങളിലും പ്രചരിപ്പിച്ചു. വിശ്വാസപ്രമാണങ്ങളും ആചാരങ്ങളും പലയിടങ്ങളിലും പരന്നു. സുമാത്ര, ജാവ, ബാലി, ബോർണിയ, മലയ, തായ്‌ലന്റ്, ജപ്പാൻ തുടങ്ങിയ രാജ്യങ്ങളിലെല്ലാം ഭാരതത്തിന്റെ സവിശേഷതകൾ വ്യാപിപ്പിച്ചു. പാശ്ചാത്യരാജ്യങ്ങളുമായി പ്രാചീനകാലത്തുതന്നെ ഭാരതത്തിനു ബന്ധമുണ്ടായിരുന്നു. അതിനാൽ പടിഞ്ഞാറൻ രാജ്യങ്ങളിലും ഭാരതീയചിന്തകളുടെ സ്വാധീനം പ്രകടമാണ്.

പാശ്ചാത്യർക്ക് അനിവാര്യമായ ചുക്ക്, കുരുമുളക്, ഗ്രാമ്പു തുടങ്ങിയ സുഗന്ധദ്രവ്യങ്ങൾ ഭാരതം നൽകി. ദശാംശസമ്പ്രദായവും ഭാരതത്തിന്റെ സംഭാവനയാണ്.

5

മതങ്ങൾ

ഇന്ത്യയിലെ മതങ്ങൾ

ചാതുർവർണ്യവ്യവസ്ഥയിൽ അധിഷ്ഠിതമായ ഹിന്ദുമതം ബി സി 6-ാം നൂറ്റാണ്ടോടുകൂടി ജീർണാവസ്ഥയിലെത്തി. ജാതിവ്യത്യാസം രൂക്ഷമായി. യാഗങ്ങളും അതിലെ കണക്കില്ലാത്ത ജന്തുബലികളും മനുഷ്യമനസിനെ അസ്വസ്ഥമാക്കി. ഹിന്ദുമതത്തിൽ അനീതികളും അസമത്വങ്ങളും വർധിച്ചു. വലിയവിഭാഗം ജനങ്ങൾ ഇതിൽ അസംതൃപ്തരായി. ദൈവത്തിന്റെ പേരിലാണ് അന്ധവിശ്വാസങ്ങളും അനാചാരങ്ങളും നരബലിയും ജാതിവ്യത്യാസങ്ങളും അരങ്ങേറിയത്. ഇതിനെതിരെ പ്രതികരിച്ചുകൊണ്ടാണ് ഇന്ത്യയിൽ ബുദ്ധ ജൈനമതങ്ങൾ ഉദയം ചെയ്തത്.

ബുദ്ധൻ

ബുദ്ധമതം

ഗൗതമബുദ്ധൻ സ്ഥാപിച്ചതാണ് ബുദ്ധമതം. ഹിമാലയത്തിന്റെ അടിവാരത്ത് കപില വസ്തുവിനടുത്ത് ലുംബിനി ഗ്രാമത്തിലാണ് ഗൗതമൻ ജനിച്ചത്. രാജാവായ ശുദ്ധോധനന്റെയും മായാദേവിയുടെയും മകനായിട്ടാണ് ജനനം, സന്തോഷഭരിതമായ കൊട്ടാരാന്തരീക്ഷം ഗൗതമനെ തൃപ്തിപ്പെടുത്തിയില്ല. ചുറ്റുപാടും കാണാനിടയായ ദു:ഖിതരുടെ വേദനകൾ അദ്ദേഹത്തെ വ്യാകുലപ്പെടുത്തി. മുപ്പതാമത്തെ വയസിൽ സിദ്ധാർഥൻ

ഭാര്യയെയും കുഞ്ഞിനെയും മാതാപിതാക്കളെയുമുപേക്ഷിച്ച് കൊട്ടാരം വിട്ടിറങ്ങി. മനുഷ്യദു:ഖത്തിന്റെ കാരണവും പരിഹാരവും അന്വേഷിച്ചായിരുന്നു പുറപ്പാട്. അനേകകാലം പലയിടങ്ങളിലായി സിദ്ധാർഥൻ ചുറ്റിത്തിരിഞ്ഞു. വ്രതവും തപസുമനുഷ്ഠിച്ച് ജീവിതം മുന്നോട്ടുനയിച്ചു. അതിനിടയിൽ ബീഹാറിലെ ഗയ എന്ന സ്ഥലത്ത് കഠിനമായ തപസ്സ് തുടരുന്നതിനിടയിൽ സവിശേഷമായ ബോധമുണ്ടായി. അന്നുമുതൽ ബുദ്ധൻ എന്നറിയപ്പെട്ടു.

മനുഷ്യദു:ഖത്തിന്റെ കാരണങ്ങൾ ആഗ്രഹങ്ങളാണെന്ന് അദ്ദേഹം തിരിച്ചറിഞ്ഞു. അതിനാൽ മോഹത്തെ നിശ്ശേഷം നശിപ്പിക്കണമെന്ന് ബുദ്ധൻ ഉദ്ബോധിപ്പിച്ചു. ബുദ്ധമതം അഹിംസയിൽ അധിഷ്ഠിതമാണ്. ജാതിവ്യത്യാസം, അനാചാരങ്ങൾ എന്നിവയെ ബുദ്ധൻ എതിർത്തു. ബുദ്ധമതം അന്ധവിശ്വാസത്തെ അനുകൂലിച്ചില്ല. ബ്രാഹ്മണമതത്തെയും വേദങ്ങളുടെ പ്രാധാന്യത്തെയും അദ്ദേഹം നിരാകരിച്ചു. യുക്തിപൂർവം ചിന്തിക്കുക, എല്ലാറ്റിനേയും യുക്തികൊണ്ടു പരിശോധിക്കുക എന്ന് നിർദേശിച്ചു. അഷ്ടാംഗമാർഗം ഉപദേശിച്ചു. ദു:ഖിതനായ മനുഷ്യന് ബുദ്ധമതം ആശ്വാസം നൽകി. *ധർമ്മപദ*മാണ് ബുദ്ധന്റെ ഉപദേശങ്ങളടങ്ങിയ ഗ്രന്ഥം. ബുദ്ധമതം ഇന്ത്യയിൽ വേഗതയിൽ വ്യാപിച്ചു.

അന്നത്തെ നാടുവാഴികളും പ്രഭുക്കന്മാരും ബുദ്ധമതം സ്വീകരിച്ചു. ക്രമേണ മറ്റുരാജ്യങ്ങളിലേക്ക് അത് പ്രചരിച്ചു. അശോകൻ, കനിഷ്കൻ, ഹർഷൻ തുടങ്ങിയ ചക്രവർത്തിമാർ ബുദ്ധമതപ്രചാരകരായി മാറി. ചൈന, ജപ്പാൻ, സിലോൺ മറ്റ് പൂർവേഷ്യൻ രാജ്യങ്ങൾ എന്നിവിടങ്ങളിൽ വ്യാപിച്ചു. ഭാരതീയ ഭാഷയ്ക്കും സംസ്കാരത്തിനും ബുദ്ധമതം വലിയ സംഭാവന നൽകി.

കാലക്രമത്തിൽ ഇന്ത്യയിൽ ബുദ്ധമതം അധ:പതിച്ചു. ബുദ്ധശിഷ്യന്മാർ അദ്ദേഹത്തിന്റെ ഉപദേശങ്ങളെ നിരാകരിച്ചു. അതിലും അന്ധവിശ്വാസങ്ങളും അനാചാരങ്ങളും പെരുകി. ആഭ്യന്തരമായ സംഘട്ടനത്താൽ ബുദ്ധമതം രണ്ടായിപ്പിരിഞ്ഞു. ഹീനയാനമെന്നും മഹായാനമെന്നും.

ഈ ഘട്ടത്തിൽ ഹിന്ദുമതം ഉയർത്തെഴുന്നേറ്റു. ശ്രീശങ്കരാചാര്യരുടേയും മറ്റും നേതൃത്വത്തിൽ നടത്തിയ ബുദ്ധമതവിരുദ്ധ ആശയപ്രചരണങ്ങൾ വിജയം കണ്ടു. ബുദ്ധമതം ഇന്ത്യയിൽ തകർന്നടിഞ്ഞു. മുസ്ലിങ്ങളുടെ ആക്രമണവും ബുദ്ധമതത്തിന് തിരിച്ചടിയായിട്ടുണ്ട്.

ജൈനമതം

വർധമാനമഹാവീരനാണ് ജൈനമതസ്ഥാപകൻ. അദ്ദേഹം 2500 വർഷങ്ങൾക്ക് മുമ്പാണ് ജീവിച്ചിരുന്നത്. വൈശാലി രാജ്യത്തിലെ ക്ഷത്രിയ കുടുംബത്തിലാണ് മഹാവീരൻ ജനിച്ചത്. കൊട്ടാരത്തിലെ ആഡംബരപൂർണമായ ജീവിതത്തിൽ ക്രമേണ വിരക്തിതോന്നിയതിനാൽ മുപ്പതാമത്തെവയസിൽ സന്യാസജീവിതമാരംഭിച്ചു. പല സ്ഥലങ്ങളിലും സന്യാസിയായി അലഞ്ഞുനടന്നു. 18 വർഷങ്ങൾക്കുശേഷം അദ്ദേഹത്തിന്

വർധമാനമഹാവീരൻ

ഉൾപ്രകാശമുണ്ടായിഎന്നു കരുതുന്നു. അന്നു മതലാണ് ജീനൻ എന്ന പേരിനർഹനായത്. പിന്നീട് അദ്ദേഹം തന്റെ സന്ദേശങ്ങൾ പ്രചരിപ്പിച്ചുകൊണ്ട് ജീവിച്ചു. 72ാം വയസ്സിൽ മഗധരാജ്യത്തിലെ 'പാവ' എന്ന ചെറുപട്ടണത്തിൽ ഉപവാസമനുഷ്ഠിച്ചു മരിച്ചു.

അക്കാലത്തെ ജീർണമായിക്കൊണ്ടിരിക്കുന്ന ബ്രാഹ്മണമതത്തിനെതിരായിരുന്നു ജൈനമതം. ബ്രാഹ്മണരുടെ മേധാവിത്വത്തെ ജൈനമതം പാടെ നിഷേധിച്ചു. ജൈനമതം ദൈവത്തെ അംഗീകരിക്കുന്നില്ല. കർമസിദ്ധാന്തമാണ് സ്വീകരിച്ചത്. പണിയെടുക്കാതെ ജീവിക്കുന്നതും മറ്റുള്ളവരെക്കൊണ്ടു പണിയെടുപ്പിച്ചു ജീവിക്കുന്നതും നികൃഷ്ടമായി കരുതി. അഹിംസ ജൈനമതം മുറുകെ പിടിച്ചു. ജൈനമതത്തിന് വലിയ സ്വാധീനമുറപ്പിക്കാൻ കഴിഞ്ഞില്ല. മാൾവ, കലിംഗം, മഥുര, തമിഴ്നാട്, കേരളം എന്നിവിടങ്ങളിലാണ് കുറച്ചൊക്കെ സ്വാധീനമുണ്ടായത്. കേരളത്തിലെ വയനാട്ടിൽ ഇപ്പോഴും ജൈനമത വിശ്വാസികളുണ്ട്.

ക്രമേണ ആഭ്യന്തരകലഹത്താൽ ജൈനമതം രണ്ടായി പിരിയുകയും ദുർബലമാകുകയും ചെയ്തു. ദിഗംബരന്മാർ, ശ്വേതാംബരന്മാർ എന്ന പേരുകളിലാണ് ഇരുവിഭാഗവും അറിയപ്പെട്ടത്.

ജൈനമതം സമൂഹത്തിന് വിലയേറിയ സംഭാവനകൾ നൽകിയിട്ടുണ്ട്. മതം, വ്യാകരണം, രാഷ്ട്രതന്ത്രം എന്നീ വിഷയങ്ങളിൽ ജൈനന്മാർ വിലപ്പെട്ട ഗ്രന്ഥങ്ങൾ രചിച്ചിട്ടുണ്ട്. ജാതിരഹിതമായി ചിന്തിക്കാനും സാർവസാഹോദര്യം ഉറപ്പിക്കാനും ജൈനമതം ജനങ്ങളെ ഉദ്ബോധിപ്പിച്ചു.

ഭാരതത്തിന്റെ പലഭാഗങ്ങളായി ഒരുപാട് കാലത്തോളം ജൈനമത വിശ്വാസികളുണ്ടായിരുന്നു.

ഹിന്ദുമതം

ഇന്ത്യയിൽ ഉടലെടുത്തതാണ് ഹിന്ദുമതം. ചാതുർവർണ്യത്തിലെ ആചാരങ്ങളും വിശ്വാസങ്ങളുമാണ് അതിന്റെ ആശയാടിത്തറ. അന്നത്തെ സമൂഹത്തിൽ ചൂഴ്ന്നുനിന്ന ജീർണതകൾക്കെതിരെ പ്രതികരിച്ചുകൊണ്ടാണ് ബുദ്ധജൈനമതങ്ങളുടെ രംഗപ്രവേശം എന്നു മുൻപേ പറഞ്ഞു

വല്ലോ. ഗ്രാമസമൂഹങ്ങളിൽ വന്ന മാറ്റങ്ങൾക്കനുസരിച്ച് പുതിയ വിശ്വാസപ്രമാണങ്ങളുണ്ടായി. ആര്യബ്രാഹ്മണരുടെ പൂജാദികർമങ്ങളും ആചാരാനുഷ്ഠാനങ്ങളും അവരെ ആകർഷിച്ചു. അങ്ങനെയാണ് ഒരു പുതിയ മതത്തിന്റെ ആവിർഭാവം. വേദഉപനിഷത്ത് കാലത്തിനുശേഷമാണ് ഹിന്ദു മതത്തിന്റെ ഉത്ഭവം.

സിന്ധു എന്നതിന്റെ രൂപഭേദമാണ് ഹിന്ദു എന്ന നേരത്തെ പറഞ്ഞു വല്ലോ. അതിപ്രാചീനസാഹിത്യകൃതികളിലൊന്നും ഹിന്ദു എന്ന പ്രയോഗമില്ല. ക്രിസ്തുവിന് പിൻപ് ഏഴാം നൂറ്റാണ്ടിലെ ഒരു താന്ത്രികഗ്രന്ഥത്തിലാണ് ഈ പ്രയോഗം ആദ്യമായി കാണുന്നത്.

ഹിന്ദുമതത്തെ ഒരു സാധാരണ മതമായി കാണാൻ കഴിയില്ല. അനേകം ആചാരങ്ങളും വിശ്വാസങ്ങളും അത് ഉൾക്കൊള്ളുന്നു. ഗാന്ധിജി നിർവചിച്ചത് ഇങ്ങനെയാണ്.

"ഹിന്ദുമതത്തെ നിർവചിക്കാൻ എന്നോടാവശ്യപ്പെട്ടാൽ ഞാൻ ഇത്രയേ പറയുന്നുള്ളൂ. അഹിംസാമാർഗത്തിലൂടെയുള്ള സത്യാന്വേഷണം. ഈശ്വരവിശ്വാസമില്ലാത്ത ഒരാൾക്കുപോലും ഞാനൊരു ഹിന്ദുവാണെന്നുപറയാം. ഹിന്ദുമതം വിട്ടുവീഴ്ചയില്ലാത്ത ഒരു സത്യാന്വേഷണമാണ്."

ഹിന്ദുമതത്തിന് നിയതമായ ചട്ടക്കൂടുകളില്ല വിശ്വാസസംഹിതകളില്ല. വിശ്വാസികളും അവിശ്വാസികളും ഇതിലുണ്ട്. വളരെ വിശാലമായ കാഴ്ചപ്പാടാണ് ഹിന്ദുമതം മുന്നോട്ടുവെക്കുന്നത്.

എന്നാൽ, ജാതിവ്യവസ്ഥയായിരുന്നു ഹിന്ദുമതത്തിന്റെ കാതൽ. അതുകൊണ്ടുതന്നെ മനുഷ്യനെ പലതട്ടുകളായി തരംതിരിച്ചുനിർത്തുന്ന സ്ഥിതിയും ഉണ്ടായി.

ഹിന്ദുമതത്തിന്റെ പേരിൽ അതിനകത്ത് ഒരു ചെറിയ വിഭാഗം ഇപ്പോൾ ഉയർത്തുന്ന തീവ്രവാദപ്രവർത്തനങ്ങൾ ഉത്കണ്ഠയുളവാക്കുന്നതാണ്.

ലോക മതങ്ങൾ

ഭാരതത്തിൽ ജന്മംകൊണ്ടതാണല്ലോ ജൈനമതവും ബുദ്ധമതവും ഹിന്ദുമതവും. അതിനെക്കുറിച്ച് നേരത്തെ പറഞ്ഞിട്ടുണ്ട്. മനുഷ്യന്റെ ആചാരങ്ങളും വിശ്വാസങ്ങളും സദാചാരരീതികളും മറ്റും ഉൾക്കൊള്ളുന്നതാണ് മതം. പ്രകൃതിയിലെ അത്ഭുത പ്രതിഭാസങ്ങളായ കൊടുങ്കാറ്റും വെള്ളപ്പൊക്കവും ഇടിമിന്നലും അന്നത്തെ മനുഷ്യരെ ഭീതിപ്പെടുത്തി. അതിന്റെ രഹസ്യങ്ങൾ പിടികിട്ടാതെവന്നപ്പോൾ മനുഷ്യൻ പ്രകൃതിയുടെ ആരാധകനായി. നിസ്സംഗനായ മനുഷ്യന് മതം താൽക്കാലികാശ്വാസം നൽകി.

പല കാലങ്ങളിൽ ലോകത്തിന്റെ പലഭാഗങ്ങളിലായി പല മതങ്ങളും ഉദ്ഭവിക്കുകയും പിന്നീട് നാശമടയുകയും ചെയ്തു. താവോമതം, യഹൂദമതം, സരതുഷ്ട്രമതം എന്നിവ ഈ ഗണത്തിൽപ്പെടുന്നു.

ബൈബിളിന്റെ മൂന്നിൽ രണ്ടുഭാഗവും യഹൂദരുടേതാണെന്നു പറയുന്നു.

ക്രിസ്തുമതം

ലോകം മുഴുവൻ ക്രിസ്തുമതം വ്യാപിച്ചുകിടക്കുന്നു. യേശുക്രിസ്തു സ്ഥാപിച്ചതുകൊണ്ടാണ് ഈ പേരുണ്ടായത്. ക്രിസ്ത്യാനികൾ യേശുക്രിസ്തുവിനെ ദൈവപുത്രനായിട്ടാണ് സങ്കൽപ്പിച്ചുപോരുന്നത്. *ബൈബിളാ*ണ് ഈ മതത്തിന്റെ അന്തസ്സത്തയടങ്ങിയ ഗ്രന്ഥം.

യേശുവിനെക്കുറിച്ചു കൂടുതലറിയുന്നത് അദ്ദേഹത്തിന്റെ നാലു ശിഷ്യന്മാരെഴുതിയ സുവിശേഷങ്ങളിൽനിന്നാണ്.

ആരാണ് ഈ നാലു ശിഷ്യന്മാർ?

മത്തായി, മാർക്കോസ്, ലൂക്കോസ്, യോഹന്നാൻ...

യേശു ജനിച്ചത് 'ബത്‌ലെഹം' എന്ന കുഗ്രാമത്തിലെ ഒരു യഹൂദ കുടുംബത്തിലാണ്. ജൂഡിയ എന്ന രാജ്യത്തിലായിരുന്നു ബെത്‌ലെഹം. അന്നത്തെ റോമാസാമ്രാജ്യത്തിലെ ഒരു രാജ്യത്തിന്റെ പേരാണ് ജൂഡിയ. യേശുവിന്റെ പിതാവ് ഒരു മരപ്പണിക്കാരനായിരുന്നു. അതുകൊണ്ട് യേശുവും ഒരു മരപ്പണിക്കാരനായി ജീവിതമാരംഭിച്ചു. കാര്യമായ വിദ്യാഭ്യാസമൊന്നും ലഭിച്ചില്ല. ജീവിതകാലത്തിലധികവും നസറത്ത് എന്ന സ്ഥലത്താണ് അദ്ദേഹം കഴിച്ചുകൂട്ടിയത്. സ്നാപകയോഹന്നാന്റെ വചനങ്ങളാണ് യേശുവിനെ പ്രബുദ്ധനാക്കിയത്.

മുപ്പതാമത്തെ വയസ്സിൽ യേശു മതപ്രബോധനത്തിനായി പുറപ്പെട്ടു. പലസ്തീനിലുടനീളം കാൽനടയായി സഞ്ചരിച്ചു. യേശു സ്വർഗരാജ്യത്തെ രാജാവാണെന്നവകാശപ്പെട്ടു. ഇത് യഹൂദ പ്രമാണിമാരെ വിറളിപിടിപ്പിച്ചു.

ജീർണിച്ചു കഴിഞ്ഞ യഹൂദമതത്തിന്റെ പേരിൽ പുരോഹിതന്മാർ നടത്തിക്കൊണ്ടിരുന്ന ദുഷ്പ്രവൃത്തികളെ യേശു വിമർശിച്ചു. പുരോഹിതന്മാരുടെ വൃത്തികേടുകളെ തുറന്നുകാണിച്ചു. അപ്പോൾ യേശുവിനെ ജനങ്ങൾ സ്നേഹിച്ചു. എന്നാൽ, പ്രഭുക്കന്മാരും പുരോഹിതന്മാരും അദ്ദേഹത്തെ കഠിനമായി വെറുത്തു. മൂന്നുവർഷത്തിനുശേഷം യേശു ജറുസലേമിലെത്തിയപ്പോൾ യേശുവിന്റെ പ്രസംഗം കേൾക്കാൻ ജനങ്ങൾ തടിച്ചുകൂടി.

യേശുവിന്റെ പ്രസംഗം പുരോഹിതന്മാരെ രോഷാകുലരാക്കി. ഇങ്ങനെ പ്രസംഗം തുടർന്നാൽ ജനങ്ങൾ തങ്ങളെ വെറുക്കുമെന്ന് പുരോഹിതന്മാർ ഭയപ്പെട്ടു. അതിനാൽ യേശുവിന്റെമേൽ രാജ്യദ്രോഹക്കുറ്റം ചുമത്തി ആജീവനാന്തം അറസ്റ്റു ചെയ്ത് ജയിലിലടയ്ക്കണമെന്നും അവർ രാജാവിനോടാവശ്യപ്പെട്ടു. അതുപ്രകാരം യേശുവിനെ അറസ്റ്റു ചെയ്ത് ജയിലിലടച്ചു. പീലാത്തോസിന്റെ കോടതി യേശുവിനെ തൂക്കിക്കൊല്ലാൻ വിധിച്ചു. ഗോൽഗോത്താ എന്ന കുന്നിൻമുകളിൽ യേശുവിനെ കുരിശിൽ തറച്ചുകൊന്നു. കുരിശിൽ തറച്ചുകൊല്ലുകയായിരുന്നു അന്നത്തെ വധശിക്ഷാരീതി. അപ്പോൾ യേശുവിന്റെ പ്രായം 33 വയസ്സ്.

പുരോഹിതന്മാരും രാജാവും ചേർന്ന് നീതിമാനായ മനുഷ്യന്റെ ജീവൻ കവർന്നെടുക്കുകയായിരുന്നു. "ദൈവം എല്ലാ മനുഷ്യരുടേയും സ്നേഹ നിധിയായ പിതാവാണ്", "എല്ലാ മനുഷ്യരും സഹോദരന്മാരാണ്" തുടങ്ങിയ വചനങ്ങൾ യേശു മുന്നോട്ടുവെച്ചു. യേശുവിനെ ദൈവപുത്രനായി ക്രിസ്ത്യാനികൾ വാഴ്ത്തി.

യേശുവിന്റെ ശിഷ്യന്മാർ ക്രിസ്തുവിന്റെ വചനങ്ങൾ പ്രചരിപ്പിക്കാനിറങ്ങി. അപ്പോൾ പുരോഹിതന്മാരും രാജാക്കന്മാരും കഠിനമായി എതിർത്തു.

എന്നാൽ, അടിമകളും ആശ്രയമില്ലാത്തവരും ക്രിസ്തുവചനങ്ങളിൽ ആകൃഷ്ടരായി. പാവപ്പെട്ടവരുടെ അഭയകേന്ദ്രമായി ക്രിസ്തുമതം വളർന്നു. എന്നാൽ, ക്രിസ്തുവിനുശേഷമുള്ള നാലുനൂറ്റാണ്ടുകൾ ക്രിസ്ത്യാനികൾക്ക് പീഡാനുഭവങ്ങളുടെ കാലമാണ്.

എ ഡി 385 ൽ റോമാചക്രവർത്തി ക്രിസ്തുമതത്തെ അംഗീകരിച്ച് രാഷ്ട്രമതമായി പ്രഖ്യാപിച്ചു. അപ്പോൾ ക്രിസ്തുമതത്തെ അവിടത്തെ പുരോഹിതന്മാരും സ്വീകരിച്ചു. അങ്ങനെ റോമൻ കത്തോലിക്കാസഭയുണ്ടായി. ലോകത്തിലെ ഏറ്റവും വലിയ ക്രൈസ്തവസഭയും ഇതുതന്നെ.

ക്രിസ്തുമതപ്രചാരകന്മാർ മതപ്രചരണത്തിനായി ലോകത്തിന്റെ നാനാകോണുകളിലുമെത്തി. പടിഞ്ഞാറൻ രാജ്യക്കാർ മറ്റു രാജ്യങ്ങൾ പിടിച്ചടക്കി ഏറെക്കാലം ഭരണം നടത്തിക്കൊണ്ടിരുന്നല്ലോ. അപ്പോൾ അവർ മുൻകൈ എടുത്ത് മതപ്രചരണവും നടത്തി. അങ്ങനെ ക്രിസ്തുമതം സംഘടിതമതമായി വളരുകയും ചെയ്തു. എന്നാൽ രാഷ്ട്രമതമായി മാറിയതോടെ യേശുവിന്റെ വചനങ്ങളും മാറ്റിമറിക്കപ്പെട്ടു. ക്രമേണ ക്രിസ്തുമതത്തിലും തർക്കങ്ങളും പ്രതിസന്ധികളും ഉടലെടുത്തു. പല പേരുകളിലായി അത് വിഭജിക്കപ്പെട്ടു. 'അധ്വാനിക്കുന്നവരെയും ഭാരം ചുമക്കുന്നവരെയും' ആശ്ലേഷിക്കാനുള്ള ക്രിസ്തുവചനങ്ങളിൽനിന്ന് സഭാനേതൃത്വമകന്നു. മിഷണറിമാരുടെ പ്രവർത്തനങ്ങൾ ക്രിസ്ത്യാനികളെ സങ്കുചിതമതബോധത്തിലേക്കു നയിക്കുകയും ചെയ്തു. എങ്കിലും ലോകം മുഴുവൻ വ്യാപിച്ചുകിടക്കുന്നതാണ് ക്രിസ്തുമതം.

ഇസ്ലാംമതം

ലോകം മുഴുവൻ പടർന്നുപന്തലിച്ചുകിടക്കുന്നതാണ് ഇസ്ലാംമതം. അതിന്റെ ഉത്ഭവസ്ഥാനം അറേബ്യയാണ്. ജീർണിച്ചുകൊണ്ടിരുന്ന ഒരു സമൂഹത്തിലേക്ക് സന്മാർഗത്തിന്റെ സന്ദേശങ്ങളുമായി കടന്നുവന്ന മുഹമ്മദുനബിയാണ് ഇസ്ലാം മതസ്ഥാപകൻ.

ക്രിസ്താബ്ദം 570 ൽ മെക്കയിലാണ് മുഹമ്മദ് ജനിച്ചത്. ബാല്യത്തിലെ മാതാപിതാക്കൾ നഷ്ടപ്പെട്ടതിനാൽ ബന്ധുക്കളാണ് അദ്ദേഹത്തെ പോറ്റിയത്.

അക്കാലത്ത് അറേബ്യൻ സമൂഹം അനാചാരങ്ങളും ദുഷ്പ്രവൃത്തികളും നിറഞ്ഞതായിരുന്നു. പെൺ ശിശുഹത്യ അന്നത്തെ ഒരു ക്രൂരമായ ആചാരമായിരുന്നു. അനാചാരങ്ങളെ പരസ്യമായി വിമർശിച്ചുകൊ

ണ്ടാണ് മുഹമ്മദിന്റെ രംഗപ്രവേശം. അതിനാൽ മെക്കയിലെ പ്രഭുക്കന്മാരിൽ നിന്ന് അദ്ദേഹത്തിന് വലിയ എതിർപ്പുകൾ നേരിടേണ്ടിവന്നു. മാത്രമല്ല മെക്കയിലെ 'ഖുറൈശികൾ' മുഹമ്മദിനെ വധിക്കുന്നതിന് പദ്ധതികൾ തയാറാക്കുകയും ചെയ്തു. അതിനാൽ എ ഡി 622 ൽ തന്റെ അനുയായികളോടുകൂടി മുഹമ്മദ് മെക്കയിൽനിന്ന് മദീനയിലേക്ക് പലായനം ചെയ്തു. ഈ പലായനകാലത്തെ അടിസ്ഥാനമാക്കിയാണ് 'ഹിജ്റ' എന്ന ഒരു പുതിയ വർഷത്തിന്റെ ആരംഭം.

മെക്ക

ആദ്യകാലത്ത് ഇസ്ലാംമതത്തിന് വലിയ എതിർപ്പുകളെ നേരിടേണ്ടിവന്നു. എന്നാൽ ക്രമേണ ഇത് ശക്തി പ്രാപിച്ചു. മുഹമ്മദ് നബി മദീനാനഗരത്തിന്റെ ഭരണാധികാരിയായി. പിന്നീട് മെക്കാനഗരവും കീഴടക്കി. മെക്കയെ ഇസ്ലാം മതത്തിന്റെ പരിശുദ്ധനഗരമായി പ്രഖ്യാപിക്കുകയും ചെയ്തു.

മുഹമ്മദുനബിയുടെ ലളിതജീവിതവും ഉയർന്ന ചിന്തകളുമാണ് ഇസ്ലാംമതവ്യാപനത്തിന് നിദാനമായത്. അടിമ-ഉടമബന്ധം നിലനിന്ന ഒരു കാലമായിരുന്നു അത്. നബി, സഹോദരഭാവേനയാണ് അടിമകളോട് പെരുമാറിയത്.

'മുസ്ലീം' എന്ന വാക്കിന്റെ അർഥമറിയുമോ?

'ദൈവത്തിനു കീഴടങ്ങുന്നവൻ.'

ഖുർ ആൻ ആണ് ഇസ്ലാംമതത്തിന്റെ പ്രാമാണികഗ്രന്ഥം. പരിപൂർണ സാഹോദര്യം ഇസ്ലാംമതം ഉയർത്തിപ്പിടിക്കുന്നു. സമൂഹത്തിലെ ഉച്ചനീചത്വങ്ങളെയും ഈ മതം നിരാകരിക്കുന്നു. മുസ്ലീങ്ങളല്ലാത്തവരോട് പരിപൂർണ സഹിഷ്ണുത പ്രഖ്യാപിക്കുകയും ചെയ്തു.

രാജ്യാന്തരവ്യാപാര ബന്ധങ്ങളിലൂടെയും മതപ്രചരണത്തിലൂടെയും ലോകം മുഴുവൻ ഇസ്ലാംമതം വ്യാപിച്ചു. അനേകം രാജ്യങ്ങൾ ഇപ്പോൾ മുസ്ലീം ഭരണത്തിലാണ്. ഭരണകൂടത്തിന്റെ മതമായി മാറിയതോടുകൂടി അനേകം ദുഷ്പ്രവണതകളാണ് ഇതിൽ കടന്നുകൂടിയത്. ആത്മീയ പ്രവർത്തനമല്ല ലോകമാകെ ഇസ്ലാം ഭരണം സ്ഥാപിക്കുകയാണ് അതിന്റെ ലക്ഷ്യം. തീവ്രവാദവും ശിഥിലീകരണപ്രവണതകളും ലോകത്താകെ വളർത്തുന്നതിൽ മുസ്ലീങ്ങളിലെ ഒരു വിഭാഗം ഇപ്പോൾ പരിശ്രമിച്ചുകൊണ്ടിരിക്കുന്നു. ഇത് പല രാജ്യങ്ങളിലും അശാന്തിയാണ് സൃഷ്ടിച്ചിട്ടുള്ളത്. അമേരിക്കയുടെ നയങ്ങളാണ് ഇതിന്റെയെല്ലാം പിന്നിലുള്ളത്.

സമൂഹത്തിലെ മാറ്റങ്ങൾ ഉൾക്കൊള്ളാൻ കഴിയാത്തത് ഇസ്ലാംമതത്തിന്റെ പരിമിതിയാണ്.

കുരിശുയുദ്ധങ്ങൾ

പലസ്തീൻ-ഇന്ന് ലോകത്തിലെ ഒരു ശ്രദ്ധാകേന്ദ്രം. ഇവിടെ ക്രിസ്ത്യാനികളും മുസ്ലീങ്ങളും തമ്മിൽ നടത്തിയ യുദ്ധങ്ങളാണ് കുരിശുയുദ്ധങ്ങൾ എന്നറിയപ്പെടുന്നത്. ഈ യുദ്ധങ്ങൾ പന്ത്രണ്ടും പതിമൂന്നും നൂറ്റാണ്ടുകളിലായിരുന്നു. ജെറുസലേം ക്രിസ്ത്യാനികളുടെ പുണ്യനഗരമാണെന്നു പറഞ്ഞിട്ടുണ്ടല്ലോ? ഇത് തുർക്കിയിലെ മുസ്ലീങ്ങൾ ആക്രമിച്ചു കൈവശപ്പെടുത്തി. പുണ്യനഗരം വീണ്ടെടുക്കുന്നതിനായി ക്രിസ്ത്യാനികൾ നടത്തിയ യുദ്ധങ്ങളാണ് കുരിശുയുദ്ധങ്ങൾ.

ജെറുസലേം തുർക്കികൾ പിടിച്ചടക്കിയത് 1076 ലാണ്. അതോടുകൂടി നഗരത്തിന്റെ മേലെയുള്ള പ്രത്യേകാവകാശം ക്രിസ്ത്യാനികൾക്കു നഷ്ടപ്പെട്ടു. മുസ്ലീങ്ങൾ ക്രിസ്ത്യാനികളെ പീഡിപ്പിക്കാൻ തുടങ്ങി. ക്രിസ്ത്യാനികളുടെ അന്നത്തെ പരമോന്നത ആധ്യാത്മികനേതാവായ പോപ്പ് അർബൻ രണ്ടാമനായിരുന്നു. ഈ വിവരമറിഞ്ഞ പോപ്പ് രോഷാകുലനായി. തുർക്കിയിലെ മുസ്ലീങ്ങൾക്കെതിരെ ദിവ്യസമരം നടത്താൻ പോപ്പ് ആഹ്വാനം ചെയ്തു. പോപ്പിന്റെ നിർദേശമനുസരിച്ച് യൂറോപ്പിലെ ക്രിസ്ത്യാനികൾ തുർക്കിക്കെതിരെ രംഗത്തിറങ്ങി.

പോപ്പ് കുരിശുയുദ്ധം പ്രഖ്യാപിച്ചതിന്റെ പിന്നിൽ മറ്റു താൽപ്പര്യങ്ങളുമുണ്ടായിരുന്നു. ഏറ്റവും പ്രധാനമായി ക്രിസ്തീയമേധാവിത്വം വ്യാപിപ്പിക്കുക; ക്രിസ്ത്യാനികൾക്കിടയിലുള്ള അനൈക്യം തീർത്ത് അവരെ ഏകീകരിക്കുക; റോം കേന്ദ്രമായി ഒരു ക്രൈസ്തവലോകം സൃഷ്ടിക്കുക. ക്രിസ്ത്യാനികളുടെ വികാരങ്ങളെ ഇളക്കിവിട്ട് വിജയം നേടുന്നതിൽ പോപ്പ് അർബൻ വിജയിച്ചു.

പ്രധാനമായും നാലു കുരിശുയുദ്ധങ്ങളാണ് നടന്നത്. ഒന്നാം യുദ്ധത്തിൽത്തന്നെ ക്രിസ്ത്യാനികൾ വിജയംനേടി. അവർ ചില പ്രദേശങ്ങൾ തിരിച്ചുപിടിച്ച് ജറുസലേം തലസ്ഥാനമാക്കി ഒരു ലത്തീൻരാഷ്ട്രം സ്ഥാപിച്ചു.

ജറുസലേം

രണ്ടാമത്തെ യുദ്ധത്തിൽ ക്രിസ്ത്യാനികൾക്കു കാര്യമായ നേട്ടങ്ങളുണ്ടായില്ല. അതിൽ വമ്പിച്ച നാശം ക്രിസ്ത്യാനികൾക്ക് നേരിടേണ്ടിവരികയും ചെയ്തു.

മൂന്നാമത്തെ കുരിശുയുദ്ധമായിരുന്നു ഏറ്റവും പ്രസിദ്ധം. യുദ്ധത്തിൽ ക്രിസ്ത്യാനികളെ നയിച്ചത്

ഇംഗ്ലണ്ടിലെ രാജാവായിരുന്ന റിച്ചാർഡ് ഒന്നാമനാണ്. യുദ്ധവീരനായ സലാഹുദ്ദീൻ മറുഭാഗത്തും. 1087 ൽ ജറുസലേം സലാഹുദ്ദീന്റെ സൈന്യം പിടിച്ചടക്കി.

എന്നാൽ, പിന്നീടുണ്ടാക്കിയ സന്ധിയനുസരിച്ച് ജറുസലേമിലെ പുണ്യസ്ഥലങ്ങൾ സന്ദർശിക്കാൻ ക്രിസ്ത്യാനികൾക്ക് അനുവാദം കിട്ടി.

നാലാമത്തെ കുരിശുയുദ്ധം 1202 ലായിരുന്നു. അപമാനകരമായ ഒരു യുദ്ധം എന്നാണ് ഇതിനെ ചരിത്രകാരന്മാർ തന്നെ വിശേഷിപ്പിക്കുന്നത്. ലക്ഷ്യത്തിൽനിന്ന് മാറി കൊള്ളകളാണ് അവർ നടത്തിയത്.

കുരിശുയുദ്ധങ്ങൾ അന്തിമമായി ക്രിസ്ത്യാനികൾക്ക് നേട്ടമായില്ല. കാരണം പോപ്പിന്റെ ലക്ഷ്യം ജറുസലേം സംരക്ഷിക്കലായിരുന്നില്ല. റോം തലസ്ഥാനമാക്കി സാമ്രാജ്യം വികസിപ്പിക്കലായിരുന്നു. അതോടൊപ്പം വ്യാപാരവിപുലീകരണതാൽപ്പര്യവുമുണ്ടായിരുന്നു. അതിനുവേണ്ടി കോൺസ്റ്റാന്റിനോപ്പിൾ പിടിച്ചടക്കലായിരുന്നു പ്രധാന ലക്ഷ്യം.

ക്രിസ്ത്യാനികളും മുസ്ലീങ്ങളും തമ്മിൽ കടുത്ത ശത്രുതയുണ്ടാക്കാനാണ് കുരിശുയുദ്ധങ്ങൾ വഴിവെച്ചത്.

6

പുതിയ മാർഗം തേടി കടൽയാത്രകൾ

'ആവശ്യങ്ങളുടെ അമ്മയാണ് കണ്ടുപിടുത്തങ്ങൾ' എന്നൊരു ചൊല്ലുണ്ട്. പുതിയ യാത്രാവഴികൾ തേടിയുള്ള യാത്രകളും ആവശ്യങ്ങൾക്കനുസരിച്ചാണ്. ശാസ്ത്രീയമായ കണ്ടുപിടുത്തങ്ങളും പുതിയ ആവശ്യങ്ങൾ നിറവേറ്റാനാണ്.

രാജ്യങ്ങൾ തമ്മിലുള്ള കച്ചവടബന്ധത്തിനു പഴക്കമേറെയുണ്ട്. നമ്മുടെ നാട്ടിലും വളരെ പണ്ടുകാലത്തേ അവരെത്തി. ഇവിടത്തെ സുഗന്ധദ്രവ്യങ്ങളും കുരുമുളകുമാണ് അവരെ മാടിവിളിച്ചത്. വ്യാപാരവളർച്ചയാണ് വിദേശമാർഗം തേടിയുള്ള യാത്രയ്ക്കു നിദാനം. മനുഷ്യൻ എവിടെയെല്ലാം സംസാരിക്കേണ്ടിവരുന്നുവോ അവിടെയെല്ലാം ചിന്തിക്കാനും നിർബന്ധിതനാകുന്നു. ഇത് മനുഷ്യമനസിലും ചലനങ്ങളുണ്ടാക്കുന്നു.

അന്യരാജ്യയാത്രകൾ പുതിയ പ്രദേശങ്ങളെക്കുറിച്ചു പഠിക്കാനുപകരിച്ചു. സമ്പന്നമായ രാജ്യങ്ങൾ കൈവശപ്പെടുത്താനുള്ള ദുരാഗ്രഹം ഭരണാധികാരികളിൽ തഴച്ചുവളരുകയും ചെയ്തു. ശക്തന്മാരായ രാജാക്കന്മാർ വിദൂരരാജ്യങ്ങൾ കീഴടക്കി അവിടങ്ങളിലെ സമ്പത്തു കൊള്ളയടിച്ചു.

ആവിയന്ത്രങ്ങളുടെ കണ്ടുപിടുത്തവും കൽക്കരിയുടെ ഉപയോഗവും വ്യവസായങ്ങളെ വളർത്തി. വ്യവസായയുഗം പുതിയ ഉൽപ്പന്നങ്ങളെ മാത്രമല്ല നവീനമായ ചിന്താധാരകളും പ്രസരിപ്പിച്ചു. പുതിയ കലയും സാഹിത്യവും സമൂഹത്തിലിടം നേടി. നവീനമായ ചിന്തകൾ ശാസ്ത്രത്തെയും ചരക്കുൽപ്പാദനത്തെയും വികസിപ്പിച്ചു. ഉൽപ്പാദനം വർധിച്ചപ്പോൾ അത് വിറ്റഴിക്കുന്നതിനായി പുതിയ കമ്പോളങ്ങൾ തേടിയുള്ള യാത്രകളും ആരംഭിച്ചു.

അവരുടെ ഉൽപ്പന്നങ്ങൾ ഈജിപ്തിലും തെക്കുകിഴക്കൻ ഏഷ്യൻ രാജ്യങ്ങളിലും വിറ്റഴിച്ചു. അപ്പോൾ ഒട്ടകങ്ങളെയും കുതിരകളെയും മറ്റും

കൊളംബസ്

ഉപയോഗിച്ച് കരയിൽക്കൂടിയായിരുന്നു യാത്ര. പതിനഞ്ചാംനൂറ്റാണ്ടിൽ യൂറോപ്യന്മാരുടെ പ്രധാന യാത്രാമാർഗങ്ങൾ പെട്ടെന്നാണ് തടസപ്പെട്ടത്. 1453 ൽ കോൺസ്റ്റാന്റിനോപ്പിൾ എന്ന പ്രദേശം ഓട്ടോമാൻ തുർക്കികൾ പിടിച്ചെടുത്തു. തുർക്കികൾക്ക് യൂറോപ്യന്മാരോടു കടുത്തവിരോധമായിരുന്നതിനാൽ കോൺസ്റ്റാന്റിനോപ്പിളിൽക്കൂടിയുള്ള വഴി അവർ അടച്ചു. അതോടെ കച്ചവടത്തിനായി യൂറോപ്യന്മാർക്ക് കിഴക്കോട്ടു പോകാൻ കഴിയാത്ത അവസ്ഥയാണുണ്ടായത്. കിഴക്കൻ രാജ്യങ്ങളിലേക്ക് ഒരു പുതിയ മാർഗം കണ്ടുപിടിക്കേണ്ടത് യൂറോപ്യന്മാർക്ക് അത്യാവശ്യമായി. അങ്ങനെയാണ് കടലിൽക്കൂടിയുള്ള യാത്രകളുടെ തുടക്കം.

നേരത്തെതന്നെ സമുദ്രയാത്രനടത്തി കീർത്തി നേടിയവരുണ്ട്. വെനീസുലക്കാരനായ മാർക്കോപോളോ അതിലൊരാളാണ്, അദ്ദേഹം ഏഷ്യയുടെ തെക്കുംകിഴക്കുമുള്ള കടൽത്തീരങ്ങളെച്ചുറ്റി ദീർഘമായ യാത്രനടത്തി. വഴിയിൽ കണ്ടതെല്ലാം നന്നായി രേഖപ്പെടുത്തിവെക്കുകയും ചെയ്തു.

ആദ്യകാല കടൽ യാത്രകൾ അതീവദുർഘടം പിടിച്ചതായിരുന്നു. കാറ്റിനൊത്തുനീങ്ങുന്ന പായ്കെട്ടിയ വലിയ കപ്പലുകളിലായിരുന്നല്ലോ അന്നത്തെ യാത്ര. ഇളകിമറിയുന്ന അലയാഴികളിൽ കൂടിയുള്ള അപകടം പിടിച്ച യാത്രകളായിരുന്നു അത്. കാറ്റിന്റെ ഗതിക്കനുസരിച്ച് കപ്പൽ തിരിഞ്ഞും പിരിഞ്ഞുമോടും. വേണ്ടത്ര ഭക്ഷണവും ശുദ്ധജലവുമില്ലാതെ കരകാണാത്ത കടൽപ്പരപ്പിലൂടെയുള്ള യാത്രകൾ ക്ലേശം നിറഞ്ഞതായിരുന്നു. അതിനെയെല്ലാം അതിജീവിച്ചുകൊണ്ടാണ് ആദ്യകാലത്തെ സാഹസികമായ സമുദ്രസഞ്ചാരം.

കിഴക്കൻദിക്കിലേക്കു പുറപ്പെട്ട കൊളംബസ് പടിഞ്ഞാറാൻ നാട്ടിലെത്തിച്ചേർന്നത് തമാശയുള്ള കാര്യം. ഭൂമി ഉരുണ്ടതാണല്ലോ? അതിനാൽ പടിഞ്ഞാറോട്ടു യാത്രചെയ്താൽ കിഴക്കെത്തി ചേരുമെന്നാണ് പാവം വിചാരിച്ചത്. അതുകൊണ്ട് ഗുണമുണ്ടായി. 1492 ൽ കൊളംബസ് അമേരിക്ക കണ്ടുപിടിച്ചു. ആ ഘട്ടത്തിൽ നമ്മുടെ നാട്ടിലും ഒരു പോർട്ടുഗീസുകാരൻ എത്തിയത് ഓർമയുണ്ടല്ലോ... വാസ്കോഡഗാമ. 1498 ൽ അദ്ദേഹം കോഴിക്കോടു കപ്പലിറങ്ങി. സ്പെയിൻ, പോർട്ടുഗൽ, ഫ്രാൻസ്,

വാസ്കോഡഗാമ

ഇംഗ്ലണ്ട് എന്നീ രാജ്യക്കാരെല്ലാം സമുദ്രയാത്രകൾ നടത്തി. കൊളംബസ്, വാസ്കോഡഗാമ, കെബ്രാൾ, മെഗല്ലൻ... അങ്ങനെ നീളുന്നു സഞ്ചാരികളുടെ പേരുകൾ.

പുതിയ മാർഗം തേടിയുള്ള സമുദ്രയാത്രകൾ ചരിത്രത്തെതന്നെ മാറ്റിമറിച്ചു. യൂറോപ്യന്മാർ പുതിയ രാജ്യങ്ങളിൽ കച്ചവടബന്ധമുറപ്പിച്ചു. വിദേശികളോട് നാട്ടിലെ ഭരണാധികാരികൾ സ്നേഹപൂർവം പെരുമാറി. കച്ചവടത്തിന് വേണ്ട സൗകര്യങ്ങളൊരുക്കിക്കൊടുത്തു. എന്നാൽ, പാശ്ചാത്യർ വക്രബുദ്ധികളായിരുന്നു. അവരുടെ മനസിൽ രണ്ടു താൽപ്പര്യങ്ങളാണുണ്ടായിരുന്നത്. കച്ചവടം വളർത്തുന്നതോടൊപ്പം രാജ്യം തന്നെ പിടിച്ചെടുക്കണം, ഒപ്പം ക്രിസ്തുമതം പ്രചരിപ്പിക്കണം. ഇങ്ങനെയാണ് ഇന്ത്യയും ഇംഗ്ലീഷുകാരുടെ ഭരണത്തിലായത്.

കടൽകടന്നുള്ള യാത്രകൾ ഭൂമിശാസ്ത്രത്തിനു വലിയ സംഭാവനകൾ നൽകി. പുരാതനഗ്രീക്ക് ശാസ്ത്രജ്ഞനായ ടോളമി ഒരു ഭൂമിശാസ്ത്രഗ്രന്ഥമെഴുതി. പിന്നീട് പല ലോകഭൂപടങ്ങൾ തയ്യാറാക്കി. സമുദ്രയാത്രകൾ സുഖകരമാക്കാൻ പല ഉപകരണങ്ങളും കണ്ടുപിടിച്ചു. അതിലൊന്നാണ് വടക്കുനോക്കിയന്ത്രം.

കടൽയാത്രകൾ ഭൂമിയുടെ വലുപ്പത്തെപ്പറ്റിയുള്ള സങ്കൽപ്പങ്ങൾ മാറ്റിമറിച്ചു. ലോകഭൂപടത്തിൽ പുതിയ ഭൂഖണ്ഡങ്ങളും മഹാസമുദ്രങ്ങളും സ്ഥാനം പിടിച്ചു. ഭൂമിശാസ്ത്രശാഖ വളർന്നുവികസിച്ചു.

പാശ്ചാത്യരുടെ വ്യാപാരഅധിനിവേശം മറ്റുരാജ്യങ്ങളെ ദരിദ്രമാക്കി. അന്യരാജ്യങ്ങളെ കൊള്ളയടിച്ച് പടിഞ്ഞാറൻ രാജ്യക്കാർ അവരുടെ ശക്തിയും സമ്പത്തും വർധിപ്പിക്കുകയും ചെയ്തു.

ആഫ്രിക്കയിൽ അധിനിവേശം

'ഇരുണ്ടഭൂഖണ്ഡം'. ആഫ്രിക്കയുടെ നെറ്റിയിലൊട്ടിച്ച വിശേഷണപദം. വെള്ളക്കാരാണ് ഈ പേര് കൽപ്പിച്ചു നൽകിയത്. തനിമയാർന്ന സംസ്കാരവും ജീവിതരീതികളുമുള്ള വൻകരയായിരുന്നു ആഫ്രിക്ക. ലോകത്തിലെ മഹിമയാർന്ന പ്രാചീനസാംസ്കാരികകേന്ദ്രങ്ങളിലൊന്നായ ഈജിപ്ത് ഇവിടെയാണ്. വെള്ളക്കാരെത്തിയാലേ പ്രകാശപൂരിതമാകൂ എന്ന പ്രയോഗം അവർതന്നെ എഴുതി പിടിപ്പിച്ചതാണ്. മനു

ഷ്യൻ എന്ന ജീവിയുടെ ഉത്ഭവവും ആഫ്രിക്കൻ വനാന്തരങ്ങളിലാണെന്ന് ശാസ്ത്രകാരന്മാർ സാക്ഷ്യപ്പെടുത്തിയിട്ടുണ്ടല്ലോ.

19-ാം നൂറ്റാണ്ടിന്റെ അവസാനപാദത്തിലാണ് ആഫ്രിക്കയെക്കുറിച്ച് പുറംലോകമറിഞ്ഞത്. പ്രകൃതി കനിഞ്ഞുനൽകിയ പ്രകൃതിവിഭവങ്ങളും പണിയെടുപ്പിക്കാൻ പറ്റിയ അടിമകളുടെ ലഭ്യതയും യൂറോപ്യൻ രാജ്യക്കാരെ ലഹരിപിടിപ്പിച്ചു. പുതിയ പ്രദേശങ്ങൾതേടിയുള്ള സമുദ്രയാത്രകളാണ് ആഫ്രിക്കയിലും അന്യരാജ്യക്കാരുടെ ആഗമനത്തിന് കളമൊരുക്കിയത്. എന്നാൽ വിശാലമായ ആ വൻകരയുടെ ഉള്ളിലേക്കാരും കടന്നില്ല. കടൽത്തീരങ്ങളിലെ അടിമച്ചന്തകളിൽനിന്നും നീഗ്രോ അടിമകളെ വാങ്ങിക്കൊണ്ട് അവർ തിരിച്ചുപോയി. ആ അടിമ മനുഷ്യരെ അപരിഷ്കൃതരും അധമന്മാരുമായിട്ടാണ് വെള്ളക്കാർ കണക്കാക്കിയിരുന്നത്. ആഫ്രിക്കയിലാദ്യമെത്തിയത് ഡച്ചുകാരാണ്. പിന്നീട് പോർച്ചുഗീസുകാരുമെത്തി. 1510 ൽ അടിമകളെ കുത്തി നിറച്ച ആദ്യത്തെ കപ്പൽ പോർട്ടുഗല്ലിലേക്കു പുറപ്പെട്ടു. അതോടെ അടിമകളുടെ ദു:ഖസാന്ദ്രവും ദുരിതപൂർണവുമായ ജീവിതത്തിന് തുടക്കമായി. പോർച്ചുഗല്ലിലെ സമൃദ്ധമായ കരിമ്പിൻതോട്ടങ്ങളിൽ അവർ പണിയാളരായി നിറഞ്ഞു.വിലയ്ക്കുവാങ്ങിയ മനുഷ്യമൃഗങ്ങളായി മാത്രമെ അവർ പരിഗണിക്കപ്പെട്ടുള്ളൂ. യജമാനന്മാരുടെ മനുഷ്യോചിതമല്ലാത്ത പെരുമാറ്റവും വൃത്തിഹീനമായ സാഹചര്യങ്ങളിലെ താമസവുമാണ് അടിമകൾക്ക് അനുഭവിക്കേണ്ടിവന്നത്.

പോർട്ടുഗീസുകാർക്ക് അടിമകളെ പണിക്കാരായി കിട്ടിയ വിവരം യൂറോപ്പിൽ പരന്നു. അത് മറ്റ് രാജ്യക്കാരിലും പ്രതീക്ഷയും ഉത്സാഹവും ഉണർത്തി. അവരും അടിമകളെത്തേടി ആഫ്രിക്കയിലെത്തി. അതിനാൽ അടിമക്കച്ചവടം ദ്രുതഗതിയിൽ വികാസം പ്രാപിക്കുകയും ചെയ്തു. ഉൾപ്രദേശങ്ങളിൽനിന്ന് ആട്ടിത്തെളിച്ചുകൊണ്ടുവരുന്ന അടിമകളെ സൂക്ഷിക്കാൻ അനേകം കോട്ടകളാണ് അക്കാലത്ത് ഉയർന്നുവന്നത്. അടിമവ്യാപാരം ആദായകരമായ ഒരു ബിസിനസായി തഴച്ചുവളർന്നു. നിരാലംബനായ മനുഷ്യനെ വിറ്റു പണമുണ്ടാക്കുന്ന ഹീനമായ കൃത്യം. ഇന്നും അത് വേറെ രീതികളിലും പേരുകളിലും തുടരുന്നുണ്ടെന്ന് വിസ്മരിക്കരുത്.

നീഗ്രോ അടിമകളെ കയറ്റിയ കപ്പലുകളുടെ ദീർഘയാത്ര, യാത്രാവഴികളിലെ ദു:ഖപൂർണമായ അനുഭവങ്ങൾ, യജമാനന്മാരുടെ നീതിയും നെറിയുംകെട്ട ക്രൂരതകൾ എന്നിവയെല്ലാം ആ മനുഷ്യജീവികളേറ്റുവാങ്ങി. തോട്ടമുടമകളും വ്യാപാരപ്രമുഖരും ആനന്ദഭരിതരായി. കൂലികൊടുക്കാതെ പണിയെടുപ്പിക്കാം. ജീവൻ നിലനിർത്താനുള്ള ഭക്ഷണം കൊടുത്താൽമതി. അടിമകളുടെ അധ്വാനമുപയോഗിച്ച് അവർ തഴച്ചുവളരുകയും ചെയ്തു. അതിനാൽ യൂറോപ്പും അമേരിക്കയും അടിമവ്യാപാരത്തെ നിലവിട്ട് പ്രോത്സാഹിപ്പിച്ചു. എന്നാൽ 18ാം നൂറ്റാണ്ടിന്റെ ഒടുവിൽ അടിമക്കച്ചവടത്തിനെതിരെയുള്ള പ്രതിഷേധങ്ങൾ പലയിടങ്ങളിലും ഉയർന്നുവരാൻ തുടങ്ങി. ചില രാജ്യങ്ങളിൽ അതിനു നിയന്ത്രണങ്ങൾ ഏർപ്പെടുത്തുകയും ചെയ്തു.

അടിമത്തത്തിന്റെ ഭീകരത വെളിവാക്കുന്ന ഒരു ചിത്രം

19ാം നൂറ്റാണ്ടിന്റെ അവസാനത്തിലാണ് ആഫ്രിക്കയുടെ ഉൾപ്രദേശങ്ങളിലേക്ക് പുറംരാജ്യക്കാർ കടന്നുകയറിയത്. സമുദ്രയാത്രകളും അതിലൂടെയാർജിച്ച ഭൂമിശാസ്ത്രവികാസവും നേരത്തെ കണ്ടതാണല്ലോ. അതിനിടയിലാണ് സാഹസികയാത്രികർ ഈ വൻകരയുടെ ദുർഗമങ്ങളായ ഉൾഭാഗങ്ങളിലുമെത്തിയത്. ഈ ദുരിതകൃത്യങ്ങളിലേർപ്പെട്ടവർ അനവധിയെങ്കിലും അതിൽ തിളങ്ങിനിൽക്കുന്ന പേരാണ് 'ഡേവിഡ് ലിവിംഗ്സ്റ്റൺ'. 1857നും 63നും ഇടയിൽ ആഫ്രിക്കയുടെ അന്തർഭാഗത്തുള്ള അനേകം സ്ഥലങ്ങളിലൂടെ അദ്ദേഹം സഞ്ചരിച്ചു. യാത്രയിലൂടെ പുതിയ സ്ഥലങ്ങളും നൂതനവിവരങ്ങളും ലിവിംഗ്സ്റ്റൺ സ്വായത്തമാക്കി. പിന്നീട് പലരും അവിടെ പാഞ്ഞെത്തി. ക്രിസ്തുമതപ്രചരണത്തിനായി പാതിരിമാരുടെ സാന്നിധ്യവും പെരുകി.

സ്വർണം, വെള്ളി, ചെമ്പ് തുടങ്ങിയ അമൂല്യലോഹങ്ങളുടെ കലവറയായ ആഫ്രിക്കയെ വെട്ടിമുറിച്ചു സ്വന്തമാക്കാനാണ് പിന്നീട് ഓരോ വിദേശരാജ്യക്കാരുമാഗ്രഹിച്ചത്. അങ്ങനെ ഫ്രാൻസും, ഇംഗ്ലണ്ടും, ജർമനിയും ഇറ്റലിയും ബെൽജിയവും പോർച്ചുഗലും ആ വൻകരയെ കീറിമുറിച്ച് പങ്കിട്ടെടുത്തു. ആഫ്രിക്കയിൽ ആദ്യം കാലുകുത്തിയത് ഡച്ചുകാരാണ്. അടിമകളെ കപ്പലിൽകയറ്റി കൊണ്ടുപോയി തുടക്കമിട്ടത് പോർട്ടുഗീസുകാരും.

1867 ൽ കിംബർലിയിൽ രത്നവും 1884 ൽ വിറ്റ്വാർട്ടർസ്റ്റാൻ എന്ന സ്ഥലത്ത് സ്വർണവും കണ്ടെത്തിയതോടുകൂടി യൂറോപ്യൻ അധിനിവേശത്തിന്റെ ആക്കം കൂടി.

യൂറോപ്യൻമാരുടെ കടന്നുവരവ് ആഫ്രിക്കയിൽ വലിയ മാറ്റങ്ങളുണ്ടാക്കി. പാശ്ചാത്യഭാഷയും സംസ്കാരവും വിദ്യാഭ്യാസവും അവിടെ പ്രചരിപ്പിച്ചു. ക്രിസ്തീയമിഷണറിമാർ മതപ്രചരണത്തോടൊപ്പം മതപരിവർത്തനവും നടത്തി. പുരോഹിതന്മാരുടെ സേവനപ്രവർത്തനങ്ങളും മറ്റു സഹായങ്ങളും ദരിദ്രജനവിഭാഗങ്ങളെ ക്രിസ്തുമതത്തിലേക്കാകർഷിച്ചു.

ആധുനികവിദ്യാഭ്യാസം ആഫ്രിക്കൻ ജനതയെ നവോന്മേഷത്തിലേക്കും പുതിയ ചിന്താധാരകളിലേക്കും നയിച്ചു. അവർ അനുഭവിച്ചുകൊണ്ടിരിക്കുന്ന അടിമത്തത്തിന്റെ ആഴം അളന്നുകുറിച്ചു. സാമൂഹ്യനീതിക്കും സ്വാതന്ത്ര്യത്തിനും വേണ്ടിയുള്ള പ്രവർത്തനങ്ങളാരംഭിക്കുകയും ചെയ്തു.

7

സാമൂഹികമാറ്റങ്ങൾ

കാട്ടുമനുഷ്യൻ നാട്ടുമനുഷ്യനും, നാട്ടുമനുഷ്യൻ പരിഷ്കാരമുള്ള വനുമായി മാറിയ കഥയാണല്ലോ നാം കണ്ടത്. ഉപകരണങ്ങൾ മനുഷ്യ നെയും, മനുഷ്യൻ ഉപകരണങ്ങളെയും വികസിപ്പിച്ചു. പ്രധാനപ്പെട്ട പല ഘട്ടങ്ങളും കടന്നാണ് മനുഷ്യൻ ഇന്ന് ഇവിടെ എത്തിനിൽക്കുന്നത്.

കാടിന്റെ മക്കളായി മൃഗസമാനമായിക്കഴിഞ്ഞവരാണ് പ്രാചീനകാല മനുഷ്യർ. വേട്ടയാടിയും കായ്കനികൾ ശേഖരിച്ചു ഭക്ഷിച്ചുമാണ് അവ രുടെ ജീവിതം മുന്നോട്ടുനീങ്ങിയത്. സ്വന്തമായി അവർക്ക് ഒന്നും ഉണ്ടായി രുന്നില്ല. മാനുഷരെല്ലാമൊന്നുപോലെ ജീവിച്ച ആ കാലത്തെ ചരിത്രകാ രന്മാർ പ്രാകൃതകമ്യൂണിസം എന്നാണ് നാമകരണം ചെയ്തിട്ടുള്ളത്. അത് മനുഷ്യൻ മനുഷ്യനെ ചൂഷണം ചെയ്യാതിരുന്ന സന്തോഷകരമായ ഒരു അവസ്ഥയായിരുന്നു.

ആയിരക്കണക്കായി വർഷങ്ങൾ കടന്നുപോയപ്പോൾ സമൂഹത്തിൽ ക്രമേണയായി മാറ്റങ്ങൾവന്നുകൊണ്ടിരുന്നു. കാടിന്റെ അവകാശം ചിലർ കൈയടക്കി. പുതിയതായി രൂപപ്പെട്ട ഉപകരണങ്ങളും അവർ സ്വന്തമാ ക്കി. ഒന്നുമില്ലാത്തവരായി മറ്റൊരുഭാഗം മാറി. ഉള്ളവനും ഇല്ലാത്തവനും എന്ന വ്യത്യാസം സമൂഹത്തിലുടലെടുത്തു. ഗോത്രങ്ങളും ഗോത്രത്ത ലവന്മാരുമുണ്ടായി. കലഹങ്ങളും യുദ്ധങ്ങളുമെല്ലാം സമൂഹത്തിൽ സാ ധാരണമായി. ഇതിൽ ശക്തന്മാർ ജയിക്കുകയും ദുർബലർ പരാജയപ്പെ ടുകയും ചെയ്തു. പരാജയപ്പെടുന്നവരെ വിജയികൾ അടിമകളാക്കിവെച്ചു പണിയെടുപ്പിച്ചു. മനുഷ്യൻ മനുഷ്യനെ മൃഗങ്ങളെപ്പോലെ ഉപയോഗിച്ച ഒരു കാലമായിരുന്നു അത്. അതിനെ അടിമത്തകാലം എന്നാണ് വിളി ച്ചുവരുന്നത്. അടിമകളുടെ കഠിനാധ്വാനത്തിലൂടെയാണ് ഈജിപ്തിലെ പിരമിഡുകളും ചൈനയിലെ വൻമതിലും ആഗ്രയിലെ താജ്മഹലും

ഉയർന്നുവന്നിട്ടുള്ളത്. കലയും ശില്പസൗന്ദര്യവുമെല്ലാം വികാസം പ്രാപിച്ചതും ഈ കാലത്താണ്. ക്രമേണ അടിമത്തവ്യവസ്ഥ അവസാനിപ്പിച്ചു. ക്രൂരമായ ആ വ്യവസ്ഥയ്ക്കെതിരെ കലാപങ്ങൾ വളർന്നുവന്നതിനെ തുടർന്നാണ് അതവസാനിച്ചത്.

അടിമത്തവ്യവസ്ഥയുടെ തകർച്ചയിൽ നിന്നാണ് നാടുവാഴിത്തം ഉത്ഭവിച്ചത്. ഭൂമിയെ ചുറ്റിപ്പറ്റി നിലനിന്ന ഒരു സമൂഹമാണത്. രാജാവും ജന്മിയും നാടുവാഴിയും സമൂഹത്തെ നിയന്ത്രിച്ചു. അവരുടെ കീഴിൽ അടിയാനും കുടിയാനും എന്ന നിസ്സഹായരായ മനുഷ്യരും. യൂറോപ്പിലാരംഭിച്ച ഈ വ്യവസ്ഥ 12 ഉം 13 ഉം നൂറ്റാണ്ടുകളിലാണ് വലിയ വളർച്ച കൈവരിച്ചത്. നാടുവാഴിത്തം എന്നതിന് ഫ്യൂഡലിസം എന്നും പറയുന്നു. കാർഷിക പ്രധാനമായ ഒരു വ്യവസ്ഥയായിരുന്നല്ലോ ഫ്യൂഡലിസം. അടിയാനും കുടിയാനും കഷ്ടപ്പാടുകളനുഭവിച്ച കാലമാണത്. അവർ രാജാവിനും ഭൂപ്രഭുവിനുംവേണ്ടി കഠിനമായി അധ്വാനിച്ചു. എങ്കിലും അവരുടെ ജീവിതം ക്ലേശഭരിതമായിരുന്നു. നാടുവാഴിത്തകാലത്ത് രാജ്യത്തിന്റെ മുഴുവൻ ഉടമയായിരുന്നു രാജാവ്. രാജാവിനുകീഴിലായി ചെറിയ ചെറിയ നാടുവാഴികളുമുണ്ടായിരുന്നു. 'കൊല്ലും കൊലയും കുലാധികാരം' എന്ന മട്ടിൽ എല്ലാ അധികാരങ്ങളും അവരിൽ നിക്ഷിപ്തമാക്കിയ കാലം. എല്ലാ രാജ്യങ്ങളിലും ഫ്യൂഡലിസത്തിന്റെ സ്വഭാവം ഒരുപോലെയായിരുന്നില്ല.

യൂറോപ്പിൽ നാടുവാഴികളും ക്രിസ്തീയ പുരോഹിതന്മാരും ചേർന്നാണ് ഭരണകാര്യങ്ങൾ നിർവഹിച്ചത്. ആദ്യം ഇറ്റലിയിലും ജർമനിയിലുമാണ് നാടുവാഴിത്തം ഉത്ഭവിച്ചതെങ്കിലും പെട്ടെന്നു വളർച്ചനേടിയതു ഫ്രാൻസിലാണ്.

ഇന്ത്യയിൽ നാടുവാഴിത്തത്തിന്റെ സ്വാധീനം ഇപ്പോഴും പൂർണമായി അവസാനിച്ചിട്ടില്ല. ജാതിയും അന്ധവിശ്വാസങ്ങളും അനാചാരങ്ങളും അതിന്റെ ഭാഗമായി നിൽക്കുന്നതാണല്ലോ. മാത്രമല്ല പതിനായിരക്കണക്കിനു ഏക്കർ ഭൂമിയുടെ ഉടമകൾ ഇപ്പോഴും നമ്മുടെ രാജ്യത്തുണ്ട്. വ്യവസായയുഗത്തിന്റെ വളർച്ച നാടുവാഴിത്തത്തെ തകർത്തു. ജനാധിപത്യഭരണസമ്പ്രദായങ്ങൾ നിലവിൽവന്നു. ഈ പുതിയ അവസ്ഥയെ മുതലാളിത്തം എന്നുവിളിക്കാം. മുതലാളിത്തവ്യവസ്ഥയിൽ ഉൽപ്പാദനസാമഗ്രികൾ മുതലാളികളുടെ കൈവശമാണ് തൊഴിലാളികൾ അവർക്ക് കീഴിൽ പണിയെടുക്കുന്നു. വ്യാപാരം നടത്തുന്നവർക്കു ലാഭത്തെക്കുറിച്ചു മാത്രമേ ചിന്തയുള്ളൂ. ലാഭം കൂടുതൽ ലാഭം അതാണവരുടെ ലക്ഷ്യം.

ശാസ്ത്രവും സാങ്കേതികവിദ്യയും എല്ലാം മുതലാളിയുടെ നിയന്ത്രണത്തിലാണ്. സാധാരണജനങ്ങൾക്കു കഷ്ടപ്പാടുകളും മുതലാളിക്കു കുന്നുകൂടിക്കൊണ്ടിരിക്കുന്ന സമ്പത്തും. ഇതാണ് മുതലാളിത്തരീതി. ഇതിനെ മാറ്റാനുള്ള ശ്രമങ്ങൾ ലോകത്തുനടന്നുകൊണ്ടിരിക്കുകയാണ്. ചിലയിടങ്ങളിൽ തൊഴിലാളികൾ അധികാരം സ്ഥാപിക്കുകയും ചെയ്തു.

ആദ്യമായി റഷ്യയിലാണ് വിജയകരമായ വിപ്ലവം നടത്തി തൊഴി

ലാളികൾ അധികാരം സ്ഥാപിച്ചത്. തൊഴിലാളിവർഗഭരണകൂടം ഉൽപ്പാദനവും വിതരണവും സർക്കാരിന്റെ ഉടമയിൽ സ്ഥാപിച്ചു. മനുഷ്യൻ മനുഷ്യനെ ചൂഷണം ചെയ്യാത്ത ഒരു അവസ്ഥയാണ് സംജാതമായത്. ഇതിനെ സോഷ്യലിസം എന്നാണ് വിളിക്കുന്നത്. റഷ്യയിൽ മാത്രമല്ല കുറേ രാജ്യങ്ങളിൽ സോഷ്യലിസ്റ്റ് ഭരണകൂടങ്ങളുണ്ടായി. ലാഭചിന്തയില്ലാത്ത സ്നേഹഭരിതമായ ഒരു അവസ്ഥയാണ് സോഷ്യലിസം സമൂഹത്തിനു സംഭാവന ചെയ്തത്.

കമ്യൂണിസം സാമൂഹികവികാസത്തിലെ ഏറ്റവും ഉയർന്ന ഘട്ടമാണ്. ഭരണകൂടം കൊഴിഞ്ഞുപോവുകയും സമൃദ്ധിയും സന്തോഷവും പൂത്തുലയുന്ന ഒരു വസന്തകാലമാണ് മാർക്സ് വിഭാവനം ചെയ്തിട്ടുള്ളത്. മനുഷ്യൻ കൂട്ടായി വിചാരിച്ചാൽ സമൂഹത്തെ മാറ്റാമെന്ന് കാലം തെളിയിച്ചിട്ടുണ്ട്. നമ്മുടെ ലക്ഷ്യവും സമൃദ്ധമായ ഒരു നല്ല കാലമാണ്.

ഫ്രഞ്ചുവിപ്ലവം (1789)

"പ്രഭുക്കന്മാർ പോരാടുന്നു, സാധാരണക്കാർ നികുതികൊടുക്കുന്നു" ഇത് ഫ്രാൻസിലെ ഒരു പഴഞ്ചൊല്ലായിരുന്നു.

നാടുവാഴിത്തം പെട്ടെന്നു വളർച്ച പ്രാപിച്ച രാജ്യം ഫ്രാൻസാണെന്ന് നേരത്തെ പറഞ്ഞുവല്ലോ? അവിടെ രാജാവും നാടുവാഴികളും മതപുരോഹിതന്മാരും കൂട്ടുചേർന്നുള്ള ഒരു ഭരണമായിരുന്നു. ഇവർക്കെല്ലാം നികുതിയൊഴിവും പ്രത്യേകാവകാശങ്ങളും നിയമദത്തമായി തന്നെ ലഭിച്ചു. യാതൊരവകാശവുമില്ലാത്തവരും നികുതികൊടുത്തു തളർന്നവരുമായ സാധാരണക്കാരായിരുന്നു രാജ്യത്തിലെ മറ്റൊരുവിഭാഗം. അവകാശമുള്ളവരും അവകാശമില്ലാത്തവരും, നികുതികൊടുക്കുന്നവരും നികുതികൊടുക്കാത്തവരും, ഈ നിലയിലാണ് ഫ്രാൻസ് വേർതിരിഞ്ഞുനിന്നത്. ആഡംബരപ്രിയരായ രാജാവിന്റെയും പ്രഭുക്കളുടെയും ചെലവു വർധിച്ചാൽ അതും കൊടുക്കേണ്ടിവരുന്നത് സാധാരണക്കാരായ പാവങ്ങളാണ്. അതിനാൽ സാധുക്കളുടെ ഇടയിൽ പട്ടിണിമരണങ്ങൾ പെരുകി. പുരോഹിതന്മാരും ജനങ്ങളെ കണക്കില്ലാതെ കഷ്ടപ്പെടുത്തി. രാജാക്കന്മാർ തന്നിഷ്ടക്കാരും സുഖലോലുപരുമായി. ഇതിനെല്ലാമെതിരെയുള്ള ഫ്രഞ്ചുജനതയുടെ ഒരു പൊട്ടിത്തെറിയാണ് ഫ്രഞ്ചുവിപ്ലവം. സാഹിത്യകാരന്മാരും ചിന്തകന്മാരുമാണ് ഫ്രഞ്ചുവിപ്ലവത്തിനു തിരികൊളുത്തിയത്. രാജാവിന്റെ ദുർഭരണത്തെ സാഹിത്യകൃതികളിൽ അവർ തുറന്നുകാണിച്ചു. റൂസോ, വോൾട്ടയർ, മൊൺടെസ്ക്യൂ എന്നിവരാണ് ഫ്രാൻസിലെ ജനങ്ങളെ ഇളക്കിമറിച്ച പ്രധാനികൾ. ജനങ്ങൾ സമരസന്നദ്ധരായപ്പോൾ രാജാവ് ജനപ്രതിനിധിസഭ വിളിക്കാൻ നിർബന്ധിതനായി. 1789 ജനുവരിയിൽ രാജാവ് പ്രതിനിധിസഭ വിളിച്ചുകൂട്ടി. പ്രഭുക്കൾ, പുരോഹിതന്മാർ, സാധാരണജനങ്ങൾ എന്നിവരുടെ പ്രതിനിധികളാണ് സഭയിലെ അംഗങ്ങൾ. തുടക്കത്തിൽ സംഘർഷമാണ് ഉടലെടുത്തത്. സാധാരണജനങ്ങളുടെ പ്രതിനിധികളുമായി ഒന്നിച്ചിരിക്കാൻ മറ്റുരണ്ടുവിഭാഗവും സന്നദ്ധ

മായില്ല. ഇത് ഫ്രാൻസിലെ ജനങ്ങളെ രോഷാകുലരാക്കി. അവർ തെരുവിലിറങ്ങി. 1789 ജൂലൈ 14ന് ജനങ്ങൾ ബാസ്റ്റീൽ കോട്ട ആക്രമിച്ച് തടവുകാരെ മോചിപ്പിച്ചു. മാത്രമല്ല ഗവർണറെ വധിക്കുകയും ചെയ്തു.

പട്ടിണിക്കാരായ ജനങ്ങൾ വേഴ്സയിൽസിലേക്കു മാർച്ചുചെയ്തു. അവർ രാജാവിനോട് ഭക്ഷണമാവശ്യപ്പെട്ടു. ഫലമില്ലെന്നു കണ്ടപ്പോൾ ജനങ്ങൾ രാജാവിനെ തടവുകാരനാക്കി.

ഭരണഘടനാസഭ സമ്മേളിച്ച് 'സ്വാതന്ത്ര്യം, സമത്വം, സാഹോദര്യം" എന്ന മനുഷ്യാവകാശ പ്രഖ്യാപനം നടത്തി.

നിയന്ത്രിതരാജവാഴ്ച അംഗീകരിച്ചു.

കത്തോലിക്കാസഭയുടെ കർക്കശമായ നിലപാടുകളെ തള്ളിക്കളഞ്ഞു.

കുറച്ചു കാലത്തിനിടയിൽവീണ്ടും പ്രശ്നങ്ങൾ ഉടലെടുത്തു. വീണ്ടും ദേശീയസഭ സമ്മേളിച്ചെങ്കിലും യോജിച്ച തീരുമാനമെടുക്കാൻ കഴിയാതെവരികയും വിപ്ലവകാരികൾ രണ്ടായിപിരിയുകയും ചെയ്തു. തീവ്രവാദികളും മിതവാദികളും. അവർതന്നെ പരസ്പരം ഏറ്റുമുട്ടലുകളും കൊലപാതകങ്ങളും നടത്തി. ഫ്രാൻസ് പൂർണമായ അരാജകത്വത്തിലേക്ക് നീങ്ങി. ഭീകരവാദികൾ നാടാകെ അഴിഞ്ഞാടി, ഭീകരവാഴ്ച നടത്തി. ലൂയി 16ാമൻ വധിക്കപ്പെട്ടു.

1794 വരെ ഈ സംഹാരതാണ്ഡവം ഫ്രാൻസിൽ നടന്നു. ഒടുവിൽ നാലു തീവ്രവാദിനേതാക്കളെ വധിച്ചതോടുകൂടിയാണ് ഫ്രാൻസ് ശാന്തമായത്.

രാജവാഴ്ചയ്ക്കെതിരെയും ജനാധിപത്യത്തിനുവേണ്ടിയുമുള്ള വിപ്ലവമാണ് ഫ്രാൻസിൽനടന്നത്. അത് വ്യവസായ വളർച്ചയുടെ കാലമായിരുന്നു. വ്യവസായവളർച്ചയ്ക്ക് ഭൂപ്രഭുത്വം നശിപ്പിക്കേണ്ടതാവശ്യമാണ്. ആ താൽപ്പര്യവും ഇതിന്റെ പിന്നിലുണ്ടായിരുന്നു. എന്തായാലും ഫ്രാൻസിൽ ജനാധിപത്യം ഉറച്ചില്ല. പിന്നീട് നെപ്പോളിയൻ എന്ന ഏകാധിപതിയുടെ ഉരുക്കുമുഷ്ടിയിലാണ് ഫ്രാൻസ് ചെന്നു വീണത്.

അമേരിക്കൻ സ്വാതന്ത്ര്യസമരം

അമേരിക്ക കണ്ടുപിടിച്ചത് അമേരിഗോവെസ്പുച്ചിയാണ്. പിന്നീട് കൊളംബസും അവിടെയെത്തി. പല രാജ്യങ്ങളിൽനിന്നുള്ള കുടിയേറ്റ കേന്ദ്രമായിട്ടാണ് ഈ ഭൂഖണ്ഡം മാറിയത്. 13 കോളനികളിലെ ഭൂരിഭാഗം ജനങ്ങളും ബ്രിട്ടനിൽനിന്നും കുടിയേറിപ്പാർത്തവരായിരുന്നു.

ബ്രിട്ടന്റേയും ഫ്രാൻസിന്റേയും കച്ചവടകേന്ദ്രങ്ങളായിരുന്നു ഈ കോളനികൾ. ബ്രിട്ടന്റെ കച്ചവടക്കുത്തക ഉറപ്പിക്കാനായി പല ശ്രമങ്ങളും അവർ നടത്തിക്കൊണ്ടിരുന്നു. കോളനികളിലേക്കുള്ള കയറ്റുമതിയിലും ഇറക്കുമതിയിലും മാറ്റങ്ങൾ വരുത്തിയതാണ് സ്വാതന്ത്ര്യസമരത്തിന്റെ ആക്കം വർധിപ്പിച്ചത്. കോളനികളിൽ ബ്രിട്ടന്റെ സാധനങ്ങൾ വിൽക്കണം, ശേഖരിക്കുന്ന അസംസ്കൃതവസ്തുക്കൾ ബ്രിട്ടനുകൊടുക്കണം. ബ്രിട്ടീഷ് കപ്പലുകളിൽ മാത്രമേ കയറ്റിറക്കുമതിയും പാടുള്ളൂ. ഈ

അമേരിഗോ വെസ്പൂച്ചി

നിയമം ഇംഗ്ലീഷുകാരായ കോളനിനിവാസികൾക്കും ഇഷ്ടപ്പെട്ടില്ല. ഫ്രാൻസിനെ രംഗത്തുനിന്നും തുരുത്തുകയായിരുന്നു ഇതിന്റെ ലക്ഷ്യം. മറ്റുരാജ്യങ്ങളിലെ നിർമിതവസ്തുക്കളും ജനങ്ങളാഗ്രഹിച്ചു. ചിലതെല്ലാം അവർ ഒളിച്ചുകടത്തുകയും ചെയ്തു.

ബ്രിട്ടീഷ് കച്ചവടക്കാർക്കു മാത്രമേ സാധനങ്ങൾ കൊടുക്കാൻ പാടുള്ളൂ, അവരിൽനിന്നേ വാങ്ങാവൂ എന്ന നിയമം കർശനമാക്കിയപ്പോൾ അമേരിക്കക്കാരുടെ എതിർപ്പു വർധിക്കുകയാണുണ്ടായത്.

അതിനുപുറമേ തേയില, കടലാസ്, ഗ്ലാസ് എന്നിവയ്ക്ക് നികുതി ഏർപ്പെടുത്തിക്കൊണ്ടുള്ള മറ്റൊരു നിയമമുണ്ടാക്കി. ഇത് കടുത്തപ്രതിഷേധം ക്ഷണിച്ചുവരുത്തി.

1773 ൽ ബ്രിട്ടൻ ഒരു പുതിയ തേയില നിയമം കൊണ്ടുവന്നു. സംഗതികൾ കൂടുതൽ വഷളാക്കാനാണ് ഇത് വഴി വെച്ചത്.

ബോസ്റ്റൺ തുറമുഖത്തു വന്നടുത്ത കപ്പലിൽനിന്ന് തേയിലപ്പെട്ടികളെടുത്ത് ജനങ്ങൾ കടലിലെറിഞ്ഞു. ഇത് റെഡ് ഇന്ത്യൻ വേഷമണിഞ്ഞ അമേരിക്കക്കാരാണ് ചെയ്തത്. ഈ സംഭവം ബ്രിട്ടനെ പ്രകോപിപ്പിച്ചു. അവർ ബോസ്റ്റൺ തുറമുഖം അടച്ചിട്ടു. 4000 പട്ടാളക്കാരെ ഇറക്കി ബോസ്റ്റൺ കോളനി പട്ടാളത്തിന്റെ കീഴിലാക്കി.

കോളനിക്കാരുടെ സ്വാതന്ത്ര്യവാഞ്ഛയെ ഇത് തട്ടിയുണർത്തി. 13 കോളനികളിലെയും പ്രതിനിധികൾ ഒത്തുചേർന്നു, പലവട്ടം ചർച്ചനടത്തി. ഒടുവിൽ ഫിലാഡൽഫിയയിൽ ചേർന്ന കോൺഗ്രസിൽ വെച്ച് സ്വാതന്ത്ര്യരേഖ അംഗീകരിച്ചു പ്രഖ്യാപിച്ചു.

ഈ സംഭവഗതികൾ തുറന്ന യുദ്ധത്തിലേക്കാണു നയിച്ചത്. ബ്രിട്ടനെതിരെ കോളനികളിലെ സൈന്യത്തെ നയിച്ചത് ജോർജ് വാഷിംഗ്ടണായിരുന്നു.

1776 ലെ യുദ്ധത്തിൽ വാഷിംഗ്ടന്റെ സൈന്യം പരാജയപ്പെട്ടു.

അതുകൊണ്ടും സ്വാതന്ത്ര്യസമരം കെട്ടടങ്ങിയില്ല. ഫ്രാൻസും സ്പെയിനും വാഷിംഗ്ടണെ സഹായിക്കാൻ മുന്നോട്ടു വന്നു. ബ്രിട്ടീഷുകാരോടുള്ള വിരോധം തീർക്കാനുള്ള അവസരമായി അവർ ഇതിനെ ഉപയോഗപ്പെടുത്തി.

ജോർജ് വാഷിംഗ്ടൺ

ബ്രിട്ടനും സഹായികളുണ്ടായി. എന്നിട്ടും 1781 ലെ ഘോരയുദ്ധത്തിൽ ബ്രിട്ടീഷ് സൈന്യം വാഷിംഗ്ടനു കീഴടങ്ങി.

കോളനിനിവാസികളുടെ സ്വാതന്ത്ര്യദാഹവും വീര്യവും ഒത്തു ചേർന്നാണ് വിജയമുറപ്പിച്ചത്. 1787ൽ കോളനികളെല്ലാം ഒത്തുചേർന്ന് ഒരു ഭരണഘടന അംഗീകരിച്ചു. അവയെല്ലാം ഒരു ഫെഡറേഷനായി നിൽക്കാൻ തീരുമാനിച്ചു. അങ്ങനെ അമേരിക്കൻ ഐക്യനാടുകൾ ഒരു ഫെഡറേഷനായി പ്രഖ്യാപിക്കപ്പെട്ടു. അതിന്റെ പരമാധികാരസഭ അമേരിക്കൻ കോൺഗ്രസ് എന്നറിയപ്പെട്ടു. ഭരണത്തലവനായി പ്രസിഡന്റും അവരോധിക്കപ്പെട്ടു. അമേരിക്കൻ ഐക്യനാടുകളുടെ ആദ്യ പ്രസിഡന്റായി ജോർജ്ജ് വാഷിംഗ്ടൺ തിരഞ്ഞെടുക്കപ്പെട്ടു. ദേശീയ സ്വാതന്ത്ര്യം നേടിയ ആദ്യത്തെ കോളനി എന്ന ഖ്യാതി അവർ നേടിയെടുത്തു.

ഈ സ്വാതന്ത്ര്യസമരം ഫ്രാൻസിലെ ദേശാഭിമാനികളെ ആവേശം കൊള്ളിച്ചു. അവരും ഒരു വിപ്ലവത്തിലൂടെ രാജവാഴ്ച അവസാനിപ്പിച്ചു.

അമേരിക്കയിലെ ആഭ്യന്തരയുദ്ധം

അമേരിക്കൻ ഐക്യനാടുകൾ തെക്കും വടക്കുമെന്ന് രണ്ടായി വേർപിരിഞ്ഞുകിടക്കുന്നു. ജീവിതരീതിയിലും സംസ്കാരത്തിലുമെല്ലാം ഇരുപ്രദേശങ്ങളും തമ്മിൽ യാതൊരു സാമ്യവും ഉണ്ടായിരുന്നില്ല. വടക്കൻപ്രദേശങ്ങൾ പരിഷ്കാരത്തിലും സംസ്കൃതിയിലും പുരോഗതിയിലും മുന്നോട്ടുനിന്നു.

തെക്കൻ പ്രവിശ്യയിലെ ആളുകൾ അടിമക്കച്ചവടത്തിലാണ് ആനന്ദം കണ്ടെത്തിയത്. അവർ വിദ്യാഭ്യാസത്തിലും സംസ്കാരത്തിലും പിന്നണിയിലായിരുന്നു. കറുത്തവർഗക്കാരായ നീഗ്രോകളെ കാലികളെപ്പോലെ വിൽക്കുകയും വാങ്ങുകയും ചെയ്യുന്ന അടിമച്ചന്തകളാൽ സമൃദ്ധമായ സ്ഥലം. യൂറോപ്യൻ രാജ്യങ്ങളിലെ സായ്പന്മാരാണ് അടിമച്ചന്തകളിൽ ഇടപാടുകാരായി നിറഞ്ഞുകവിഞ്ഞ് എപ്പോഴും കാണപ്പെട്ടിരുന്നത്. വിലയ്ക്കുവാങ്ങിയശേഷം കപ്പലിൽ കുത്തിനിറച്ച് മൃഗങ്ങളെപ്പോലെ സ്വന്തം രാജ്യത്തിലേക്ക് കൊണ്ടുപോവുകയായിരുന്നു പതിവ്. അടിമകളോടു കാണിച്ച ക്രൂരതകൾ ചിന്തിക്കാൻപോലും കഴിയുന്നതായിരുന്നില്ല.

എബ്രഹാംലിങ്കൺ

വടക്കൻ സ്റ്റേറ്റിലുള്ളവർക്ക് ഇതൊന്നും അത്ര ഇഷ്ടപ്പെട്ടിട്ടില്ല. അടിമത്തം അവസാനിക്കണമെന്ന് അവർ ആവശ്യപ്പെട്ടു. മാത്രമല്ല യജമാനന്മാരിൽനിന്നും ഓടിരക്ഷപ്പെട്ടുവരുന്ന അടിമകള അവർ സംരക്ഷിക്കുകയും ചെയ്തു. രണ്ടു പ്രദേശങ്ങളും തമ്മിലുള്ള കടുത്ത ശത്രുതയ്ക്ക് ഇതു കാരണമായി. ശത്രുത ഒടുവിൽ യുദ്ധത്തിലാണ് എത്തിയത്. അത് നാലുവർഷക്കാലം നീണ്ടുനിൽക്കുകയും ചെയ്തു. അതായത് 1861 മുതൽ 1865 വരെ.

1860 ൽ എബ്രഹാംലിങ്കൺ അമേരിക്കയുടെ പ്രസിഡണ്ടായി തിരഞ്ഞെടുക്കപ്പെട്ടു. അദ്ദേഹം റിപ്പബ്ലിക്കൻപാർട്ടിയുടെ നേതാവായിരുന്നു. അധികാരം കിട്ടിയാൽ അടിമത്തം നിരോധിക്കുമെന്നു പ്രഖ്യാപിച്ച പാർട്ടിയായിരുന്നു അത്. അതിനാൽ അടിമത്തത്തിന്റെ കേളീരംഗമായ തെക്കൻ സ്റ്റേറ്റുകാർക്ക് ലിങ്കന്റെ വിജയം ഇഷ്ടമായില്ല. ഇഷ്ടമില്ലാത്തവർ പിണങ്ങിപ്പിരിയാനാണ് തീരുമാനിച്ചത്. അതുപ്രകാരം 11 സ്റ്റേറ്റുകൾ ഐക്യനാടുകളുമായുള്ള ബന്ധം വിച്ഛേദിച്ചു. അവർ ഒരു രാഷ്ട്രം സ്ഥാപിക്കുകയും പുതിയ പ്രസിഡണ്ടിനെ തിരഞ്ഞെടുക്കുകയും ചെയ്തു. വടക്കൻ പ്രവിശ്യകൾ ഇതിനെതിരെ രംഗത്തിറങ്ങിയപ്പോൾ അത് ആഭ്യന്തരയുദ്ധമായി വളർന്നു.

യുദ്ധം കണക്കില്ലാത്ത നാശനഷ്ടങ്ങൾ സൃഷ്ടിച്ചു. ആയിരക്കണക്കായ സൈനികർ പടവെട്ടി മരിച്ചുവീണു. തെക്കൻ സംസ്ഥാനങ്ങൾ ഒരു ചുടലക്കളമായി മാറി. അതിനിടയിൽ നീഗ്രോ അടിമകളെ മോചിപ്പിച്ചുകൊണ്ട് 1863 ജനുവരി 1 ന് ലിങ്കൺ ഒരു വിളംബരം പുറപ്പെടുവിച്ചു. വെള്ളക്കാരും നീഗ്രോകളും തുല്യ അവകാശമുള്ളവരാണെന്ന് അതു പ്രഖ്യാപിച്ചു. നീഗ്രോകളെയും പൗരന്മാരായി അംഗീകരിച്ച് വോട്ടവകാശവും നൽകി. 1865 ൽ ആഭ്യന്തരയുദ്ധമവസാനിച്ചു. അപ്പോഴേക്കും എബ്രഹാംലിങ്കൺ രണ്ടാമതും പ്രസിഡണ്ടായി തിരഞ്ഞെടുക്കപ്പെട്ടിരുന്നു. അദ്ദേഹം ഉന്നതനായ ഒരു വ്യക്തിയായിരുന്നു. 1869 ലാണ് ലിങ്കൺ ജനിച്ചത്. ബാല്യകൗമാരങ്ങളിൽ വേണ്ടത്ര സ്കൂൾവിദ്യാഭ്യാസം നേടാനായില്ല. ജീവിതസന്ധാരണത്തിനായി പല ജോലികളിലുമേർപ്പെട്ടു. അതിനിടയിൽ പഠനത്തിൽ കേന്ദ്രീകരിച്ചു. നിയമം പഠിച്ച ശേഷം രാഷ്ട്രീയ പ്രവർത്തകനായി മാറി. മനുഷ്യസ്നേഹിയായ ലിങ്കൺ പെട്ടെന്നുതന്നെ

നേതാവായി ഉയർന്നു. നാലു തവണ സ്റ്റേറ്റ് നിയമസഭയിലേക്ക് തിരഞ്ഞെടുക്കപ്പെട്ടു. 1859 ൽ ലിങ്കൺ അമേരിക്കൻ പ്രസിഡണ്ടായി.

അടിമത്തം, അമേരിക്കൻ ഐക്യനാടുകളുടെ ഏകീകരണം എന്നീ കാര്യങ്ങളിൽ ലിങ്കണ് സുവ്യക്തമായ കാഴ്ചപ്പാടുകളുണ്ടായിരുന്നു. പ്രസിഡണ്ട് പദവിയിലെത്തിയപ്പോൾ അതിനായി തുടർച്ചയായി പ്രവർത്തിക്കുകയും ചെയ്തു.

ലിങ്കന്റെ മഹത്തായ പരിശ്രമങ്ങൾ ഇഷ്ടപ്പെടാത്തവരായി അനേകം പേരുണ്ടായിരുന്നു. അടിമക്കച്ചവടം തടസമില്ലാതെ തുടരണമെന്നാഗ്രഹിക്കുന്നവർ, രാജ്യം ഒന്നിക്കുകയല്ല, ഭിന്നിക്കുകയാണു വേണ്ടതെന്ന് ചിന്തിക്കുന്നവർ-ലിങ്കൺ രണ്ടാമതും പ്രസിഡണ്ടായിട്ട് അധികകാലം കഴിയുന്നതിനുമുമ്പ് ഒരു നാടകശാലയിൽവെച്ച് അദ്ദേഹം വെടിയേറ്റു മരിച്ചു. സത്യാന്വേഷിയായ ഗാന്ധിജിയുടെ ജീവനും വെടിയുണ്ടകളാണല്ലോ കവർന്നെടുത്തത്.

8

ലോകനവോത്ഥാനം

അന്ധമായ വിശ്വാസങ്ങൾക്ക് അന്ത്യംകുറിക്കുക, യുക്തിപൂർവം എന്തിനെയും ചോദ്യംചെയ്യുക, ഇതായിരുന്നു നവോത്ഥാനത്തിന്റെ തുടക്കം. സമൂഹത്തിലെ എല്ലാ മണ്ഡലങ്ങളിലും നവോന്മേഷവും പ്രസരിപ്പും ഇതു പ്രദാനം ചെയ്തു.

മധ്യകാലഘട്ടത്തിൽ പടിഞ്ഞാറൻ രാജ്യങ്ങളിൽ ക്രിസ്തുമതാധിപത്യമായിരുന്നു. അതിനാൽ മതസിദ്ധാന്തങ്ങളും തത്വസംഹിതകളും പ്രമാണിമാർ പറയുന്നത് അതേപോലെ അംഗീകരിക്കാൻ നിർബന്ധിതമായി. എതിരഭിപ്രായം പറയാൻ ആർക്കും അവകാശമുണ്ടായിരുന്നില്ല. മനുഷ്യന്റെ സ്വതന്ത്രചിന്ത മുരടിക്കുകയും സമൂഹത്തിന്റെ മുന്നേറ്റം തടസപ്പെടുകയും ചെയ്തു. സമൂഹം ചലനമറ്റ് ജഡാവസ്ഥയിലായി. പുരോഗതിയിലേക്കുള്ള ഉത്തമമായ വഴി സ്വതന്ത്രചിന്തയാണെന്ന് മഹാന്മാരായ ചിന്തകന്മാർ ഉദ്ബോധിപ്പിച്ചു.

13 ാം നൂറ്റാണ്ടിൽ ഇറ്റലിയിലാരംഭിച്ച് 14, 15, 16 നൂറ്റാണ്ടുകളിലായി യൂറോപ്പിലാകെ നവോത്ഥാനചിന്തകൾ വ്യാപിച്ചു. ഇറ്റലിയിൽ ദാന്തെയിലാണ് ഇതിന്റെ തുടക്കം അദ്ദേഹത്തിന്റെ *ഡിവൈൻ കോമഡി* പ്രശസ്തകൃതിയാണ്. അലിബാർഡ്, ബേക്കൺ തുടങ്ങിയവർ സ്വതന്ത്രചിന്തയെ ഉദ്ദീപിപ്പിച്ചവരിൽ പ്രധാനികളാണ്. അവരുടെ നവീന ചിന്താധാരകൾ ജനഹൃദയങ്ങളെ വശീകരിച്ചു. ജനങ്ങളിൽ യുക്തിചിന്തയും അന്വേഷണബുദ്ധിയും വളർന്നു. ചിന്താമണ്ഡലത്തിലുണ്ടായ വർധമാനമായ മാറ്റം പാശ്ചാത്യലോകത്ത് പരിവർത്തനങ്ങളുണ്ടാക്കി. പുരാതനപ്രസിദ്ധങ്ങളായ ഗ്രീക്ക്-റോമൻസാഹിത്യം പ്രാദേശികഭാഷകളിൽ പരിഭാഷപ്പെടുത്തി. വിശിഷ്ടങ്ങളായ തത്വചിന്തകളും പരിഭാഷകളിലൂടെ പ്രചരിപ്പിച്ചു. ജനങ്ങളിൽ പുരാതന സാഹിത്യഗ്രന്ഥങ്ങൾ പഠിക്കുന്നതിനുള്ള ഔത്സുക്യം വർധിക്കുകയും ചെയ്തു. പുതിയ കണ്ടുപിടുത്തങ്ങൾ, പുറം

സെർവാന്റീസ്

ലോകം തേടിയുള്ള സമുദ്രയാത്രകൾ, ക്രിസ്തുമതത്തിലെ നവീകരണയത്നങ്ങൾ എന്നിവയും ആധുനികയുഗത്തിന് ആരംഭംകുറിച്ചു. ഫ്യൂഡലിസത്തിന്റെ തകർച്ചയും നവോത്ഥാനത്തിന്റെ ഗതിവേഗം വർധിപ്പിച്ചു.

വിശ്വസാഹിത്യത്തിൽ നവീനാശയങ്ങളും ആവിഷ്കരണരീതികളും ഉടലെടുത്തു. നവോത്ഥനകാലകലയും സാഹിത്യവും അർഥസംപുഷ്ടമായി. അപ്പോൾ ജനങ്ങളിൽ അതിനോടുള്ള താൽപ്പര്യവും വർധമാനമായി. നവോത്ഥാനസാഹിത്യത്തിന്റെ സമാരംഭം കുറിച്ചത് ദാന്തെയാണെന്നു പറഞ്ഞുവല്ലോ. ലത്തീൻഭാഷ തിരസ്കരിച്ച് അദ്ദേഹം ഇറ്റാലിയൻ ഭാഷയിൽ ഉത്കൃഷ്ടങ്ങളായ കവിതകളെഴുതി.

മറ്റൊരു കവിയായ പെട്രാക്കും തന്റെ കവിതകളിലൂടെ നവോത്ഥാനത്തെ ഉദ്ദീപ്തമാക്കി.

ബൊക്കേഷ്യോ പ്രതിഭാശാലിയായ കഥാകൃത്തായിരുന്നു. അദ്ദേഹത്തിന്റെ കഥകൾ പുതുയുഗത്തിന്റെ കർമസാക്ഷിയായി.

ഇവരുടെ ജീവിതകാലം 1300 നും 1375 നും ഇടയിലാണ്. ഇംഗ്ലണ്ടിൽ നവോത്ഥാനത്തിനു തിരികൊളുത്തിയവരിൽ പ്രമുഖനാണ് തോമസ്മൂർ. സമൂഹത്തെ ഉടച്ചുവാർക്കേണ്ടതിന്റെ ആവശ്യകത അദ്ദേഹത്തിന്റെ *ഉട്ടോപ്യ* എന്ന കൃതിയിൽ ആവിഷ്കരിച്ചിട്ടുണ്ട്. ഫ്രാങ്കോ റാബലേ മധ്യകാലത്തിന്റെ ന്യൂനതകൾ ഭംഗിയായി ചൂണ്ടിക്കാണിച്ചു. അദ്ദേഹം ഫ്രഞ്ചു സാഹിത്യകാരനായിരുന്നു.

സെർവാന്റീസിന്റെ *ഡോൺകിക്ക് സോട്ട്* വിശ്വപ്രസിദ്ധകൃതിയാണ്. പൊള്ളയായ വീരേതിഹാസങ്ങളെ പരിഹസിക്കുന്നതായിരുന്നു ഈ കൃതി. ഇതും നവോത്ഥാനത്തെ ദീപ്തമാക്കിയ കൃതിയാണ്.

ലിയാനാർഡോ ഡാവിഞ്ചി, ബോത്തിസെല്ലി, റാഫേൽ, മൈക്കൽ ആഞ്ചലോ എന്നീ വിശ്വപ്രസിദ്ധ ശിൽപ്പകലാകാരന്മാരുടെ കാലവും ഇതുതന്നെ. ഇറ്റലിയിൽ ഫ്ളോറൻസ് എന്ന സ്ഥലത്താണ് മൈക്കാലഞ്ചലോയും ഡാവിഞ്ചിയും ജീവിച്ചിരുന്നത്. റാഫേൽ ഇറ്റലിക്കാരനായിരുന്നു. അദ്ദേഹത്തിന്റെ കാലഘട്ടത്തിൽ കലാരൂപങ്ങൾ നിർമാണചാതുരിയുടെ പാരമ്യത്തിലെത്തി. മഡോണ, ചൈൽഡ്, സെയിന്റ് എന്നിവയാണ് റാഫേ

ലിന്റെ വിശ്വപ്രസിദ്ധകലാസൃഷ്ടികൾ. പെയിന്റിങ്ങിനാണ് അദ്ദേഹം പ്രാധാന്യം നൽകിയത്.

ഒരു നൂതനകലാശിൽപ്പവൈഭവമാണ് 15ാം നൂറ്റാണ്ടിൽ ഉദയം കൊണ്ടത്. അതോടൊപ്പം ഒരു പുതിയ നിർമാണകലാശൈലിയും രൂപം കൊണ്ടു. ഗോഥിക്ക് ശിൽപ്പകലയ്ക്കു മങ്ങലേറ്റപ്പോൾ റോമൻശിൽപ്പകല പ്രാമുഖ്യം നേടി.

ലിയനാർഡോഡാവിഞ്ചി ഇന്നോളം ലോകം കണ്ടിട്ടുള്ള മഹാപ്രതിഭകളിൽ പ്രമുഖനാണ്. ജീവിതവും പ്രകൃതിയുമാണ് അദ്ദേഹം അനിതരസാധാരണമായി ആവിഷ്കരിച്ചിട്ടുള്ളത്. അവയുടെ സങ്കീർണതകളിലേക്ക് അദ്ദേഹം ആഴ്ന്നിറങ്ങി. ഡാവിഞ്ചിയുടെ അവസാനത്തെ അത്താഴവും' 'മോണാലിസയും' കാലത്തെ അതിജീവിച്ച കലാസൃഷ്ടികളാണ്.

മൈക്കലാഞ്ചലോ കവിയും ശിൽപ്പിയുമായിരുന്നു. ചിത്രകാരനെന്ന നിലയിലും പ്രശസ്തിനേടി. ഫ്ളോറൻസിലെ കത്തീഡ്രലിനുവേണ്ടി അദ്ദേഹം നിർമിച്ച 'ദാവീദ്' നവോത്ഥാനകലയുടെ ഉത്തമമാതൃകയാണ്. ലോകോത്തരങ്ങളായ ഒട്ടേറെ കലാസൃഷ്ടികൾ മൈക്കൽ ആഞ്ചലോയുടെ പേരുമായി ബന്ധപ്പെട്ടുകിടക്കുന്നു.

പ്രമുഖരായ ഇവർക്കൊപ്പം നൂറുകണക്കിന് ചിന്തകരും എഴുത്തുകാരും യൂറോപ്യൻ നവോത്ഥാനത്തെ പ്രോജ്ജ്വലമാക്കിയിട്ടുണ്ട്.

സോക്രട്ടീസും ഡയോജനീസും നവീനചിന്താവഴികളിലെ വെളിച്ചമായി പ്രകാശിച്ചവരാണ്. സ്വതന്ത്രചിന്തകൾക്കു കൂച്ചുവിലങ്ങിട്ട കാലം. കത്തോലിക്കാമതവും പോപ്പും ചേർന്നാണ് അധികാരവാഴ്ച നടത്തിയത്. അതിനെ ചോദ്യംചെയ്തുകൊണ്ടാണ് പ്രമുഖരായ ചിന്തകരുടെ രംഗപ്രവേശം. അവർ ഭാവനയ്ക്കും യുക്തിബോധത്തിനും പ്രാധാന്യം നൽകി. അന്ധവിശ്വാസങ്ങളെയും മുൻവിധികളെയും ചോദ്യംചെയ്തു. സോക്രട്ടീസും, ഡയോജനീസും തുറന്നുവിട്ട ചിന്താധരണികൾ പിൻതലമുറക്കും ഊർജം പകർന്നു. സിസറോ, സൊനേക്ക തുടങ്ങിയ ചിന്തകരുടെ ഗുരുസ്ഥാനീയരും ഇവർ തന്നെയായിരുന്നു. സ്വതന്ത്രചിന്തയുടെ വഴി തുറന്ന സോക്രട്ടീസിനെ വിഷംകൊടുത്ത് കൊന്നതും ചരിത്രത്തിന്റെ ഭാഗമാണ്.

സിസറോ മഹാചിന്തകനും അതുല്യപ്രഭാഷകനുമായിരുന്നു.

സോക്രട്ടീസിന്റെ പിന്മുറക്കാരനായ പ്ലേറ്റോ ഗ്രീക്ക് ദാർശനികരിൽ പ്രമുഖനായിരുന്നു. ബി സി 367 ൽ അദ്ദേഹം സ്ഥാപിച്ച 'അക്കാഡമി' നവീനചിന്തകളുടെ ഒരു പ്രസരണ കേന്ദ്രമായിരുന്നു. ഗണിതവും തത്വശാസ്ത്രവുമായിരുന്നു അവിടത്തെ പഠനവിഷയങ്ങൾ. പ്ലേറ്റോയുടെ പ്രധാനകൃതിയാണ് *റിപ്പബ്ലിക്ക്.* സംവാദങ്ങളിലൂടെ സത്യം കണ്ടെത്താനായിരുന്നു ഇവർ സമൂഹത്തെ പ്രേരിപ്പിച്ചത്.

കലയും സാഹിത്യവും പ്രാചീനകാലത്തുതന്നെ വളർന്നു വികസിച്ച രാജ്യമാണ് ഗ്രീസ്. അന്ധഗായകനായ ഹോമർ സമാഹരിച്ച *ഇലിയഡും ഒഡീസ്സിയും* ഭാവനയുടെ ഉത്തുംഗശൃംഗങ്ങളിൽ വിരാജിക്കുന്നു. ഗ്രീക്കു

കാരുടെ വീരേതിഹാസങ്ങളാണ് ഇതിലെ പ്രതിപാദ്യം. പെരിക്ലിസിന്റെ കാലത്ത് ഉറന്നൊഴുകിയ ഭാവഗീതങ്ങളും ഗ്രീക്ക് സാഹിത്യത്തെ സമ്പന്നമാക്കി. നാടകവും നാടകാവതരണവും ഗ്രീസിന്റെ പ്രത്യേകതയായിരുന്നു. പതിനഞ്ചായിരത്തോളം പേർക്കിരിക്കാവുന്ന ഓപ്പൺ എയർ തിയേറ്റർ ഗ്രീസിൽ സജ്ജീകരിച്ചിരുന്നതായി പറയുന്നു. ഗ്രീക്കുകാർ വികസിപ്പിച്ചെടുത്ത നാടകസങ്കേതം മധ്യകാലഘട്ടത്തിലും നിലനിന്നു. പ്രാചീനകാലസാഹിത്യത്തിന്റെ അടിത്തറയിൽ നിന്നുകൊണ്ടാണ് പുതിയ സാഹിത്യകൃതികൾ ജന്മമെടുത്തത്. ആശയസംവാദത്തിലൂടെയാണ് നവോത്ഥാനത്തിന്റെ കിരണങ്ങൾ പ്രസരിപ്പിച്ചത്.

ഇറാസ്മസ്, റാബലേ, വില്യം ഷേക്സ്പിയർ തുടങ്ങിയ എഴുത്തുകാർ മതബോധത്തിന്റെ ചങ്ങലക്കെട്ടുകളിൽനിന്ന് മനുഷ്യചിന്തയെ സ്വതന്ത്രമാക്കി. അതിമഹത്തായ കൃതികളിലൂടെ മനുഷ്യഭാവനയെ അവർ തട്ടിയുണർത്തി. പുതുമയുടെ വഴികളിലേക്കും നൂതനവീക്ഷണതയിലേക്കും ജനതയെ നയിക്കുകയും ചെയ്തു. ഈ ഘട്ടത്തിൽ ശാസ്ത്രരംഗത്തും നവോത്ഥാനത്തിന്റെ കാഹളം അത്യുച്ചത്തിൽ മുഴങ്ങി. കോപ്പർനിക്കസ് ഭൂമി സൂര്യനു ചുറ്റും പ്രദക്ഷിണം വെക്കുന്നു എന്നു കണ്ടുപിടിച്ചു. അതുവരെയും ഭൂമിയാണ് കേന്ദ്രമെന്നും മറ്റുഗ്രഹങ്ങൾ അതിനെ വലംവെക്കുയാണെന്നും വിശ്വസിച്ചുവന്നു. 'സൂര്യൻ ചലിക്കുന്നില്ല, ഗ്രഹങ്ങളെല്ലാം സൂര്യനെ പ്രദക്ഷിണം വെക്കുകയാണ്, കോപ്പർ നിക്കസ് ഉറപ്പിച്ചുപറഞ്ഞു. അദ്ദേഹം സൗരയൂഥത്തെക്കുറിച്ചു നന്നായി വിശദീകരിച്ചു. മതമേധാവികൾക്ക് പുതിയ സിദ്ധാന്തം ഒട്ടും രുചിച്ചില്ല. അവർ കോപ്പർനിക്കസിനെ ചുട്ടുകൊന്നു.

കോപ്പർ നിക്കസ് പോളണ്ടുകാരനായിരുന്നു. 1473 മുതൽ 1543 വരെയായിരുന്നു ജീവിതകാലം. ആദ്യകാലത്ത് പൗരോഹിത്യത്തോട് ആഭിമുഖ്യം തോന്നിയതിനാൽ പുരോഹിതനായി. പിന്നീട് നിയമം പഠിച്ചെങ്കിലും ശാസ്ത്രരംഗത്തു കർമനിരതനായി. കോപ്പർനിക്കസ്സ് രചിച്ച *റവല്യൂഷൻ* എന്ന ഗ്രന്ഥം ആധുനിക ശാസ്ത്രത്തിന്റെ അടിസ്ഥാനപ്രമാണമാണ്.

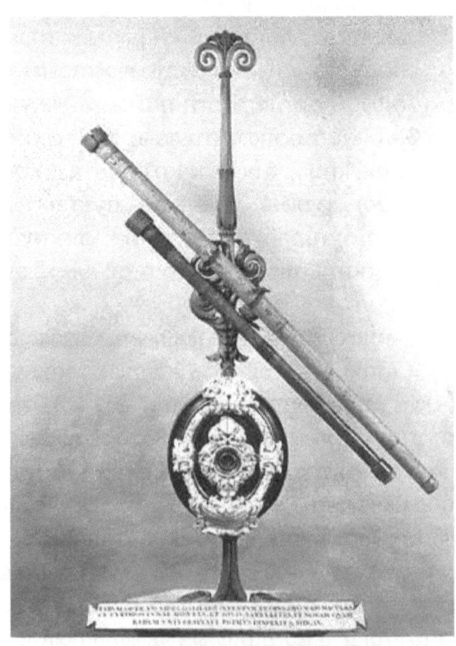

ഗലീലിയോയുടെ ദൂരദർശിനി

കോപ്പർനിക്കസ് ശാസ്ത്രലോകത്തിനു മഹത്തായ സംഭാവന നൽകി. അദ്ദേഹം നക്ഷത്രങ്ങളുടെ ഭ്രമണസ്വഭാവം മറനീക്കി പുറത്തുകൊണ്ടു വന്നു.

1609 ൽ ഗലീലിയോ ദൂരദർശിനി കണ്ടുപിടിച്ചു. ആകാശത്തിലെ അനന്തവിസ്മയങ്ങളുടെ വാതായനങ്ങൾ തുറക്കുന്നതിന് അത് പ്രയോജനമായി.

തീർന്നില്ല, ശാസ്ത്രജ്ഞന്മാരുടെ നിര പിന്നെയും നീണ്ടു അവർ നിഗൂഢരഹസ്യങ്ങളുടെ ചുരുളഴിച്ചു. കെട്ടുകഥകളിൽനിന്ന് യാഥാർഥ്യങ്ങൾ കൺമുമ്പിൽ തെളിഞ്ഞു. മഹത്തായ ചിന്താവിപ്ലവത്തിനും അത് പിന്തുണയായി. എന്നാൽ, മതനേതൃത്വം ശാസ്ത്രീയ കണ്ടുപിടുത്തങ്ങളോടു തികഞ്ഞ നിഷേധമാണ് ആരംഭകാലത്ത് സ്വീകരിച്ചത്. ശാസ്ത്രജ്ഞരെ പീഡിപ്പിക്കുകയും പുതിയ സിദ്ധാന്തങ്ങൾ തിരസ്കരിക്കാനായി വിശ്വാസികളെ ഉദ്ബോധിപ്പിക്കുകയും ചെയ്തു.

അച്ചടിയന്ത്രത്തിന്റെ കണ്ടുപിടുത്തം വൈജ്ഞാനികരംഗത്ത് മുന്നേറ്റമുണ്ടാക്കി. വിവരങ്ങൾ അച്ചടിച്ചു സൂക്ഷിക്കാനും പ്രചരിപ്പിക്കാനും അത് പ്രയോജനമായി. അതിലൂടെ രാജാവിന്റെയും മതാധിപരുടെയും ദുഷ്കൃത്യങ്ങൾ പുസ്തകരൂപത്തിൽ പകർന്നുകൊടുക്കാനായി. ഗുട്ടൻ ബർഗാണ് അച്ചടിയന്ത്രം കണ്ടുപിടിച്ചത്. അച്ചടിയന്ത്രങ്ങൾ വർത്തമാനപ്പത്രങ്ങളുടെ ആവിർഭാവത്തിനും വഴിതുറന്നു.

നവോത്ഥാനം സങ്കുചിതമായ മതാധിഷ്ഠിതവ്യവസ്ഥയിൽനിന്നു സമൂഹത്തെ മുന്നോട്ടുനീക്കി. അക്കാലത്തെ സാഹിത്യം വ്യക്തിസ്വാതന്ത്ര്യത്തെ പ്രോത്സാഹിപ്പിച്ചു. അന്ധമായി വിശ്വസിക്കുന്നതിൽനിന്ന് അന്വേഷിച്ചു കണ്ടെത്തുന്നതിൽ താൽപ്പര്യം വളർന്നു. ഇത് യുക്തിചിന്തയെ പ്രഭാപൂരിതമാക്കി. മതത്തിന്റെ തണലിൽ കെട്ടിപ്പൊക്കിയിരുന്ന അന്ധവിശ്വാസങ്ങൾ തകരുകയും സത്യത്തിന്റെ വാതായനങ്ങൾ മലർക്കെ തുറക്കപ്പെടുകയും ചെയ്തു.

ഭാരതീയസമൂഹത്തിലും നവോത്ഥാനത്തിന്റെ അല ആഞ്ഞുവീശി. ചാതുർവർണ്യം സൃഷ്ടിച്ച ജീർണതകൾ മൂലം സമൂഹം ചലനമറ്റു കിടക്കുകയായിരുന്നു, ജാതികളും ഉപജാതികളും വിധിവിശ്വാസവും ജനങ്ങളിൽ ആഴത്തിൽ സ്വാധീനം ചെലുത്തി. അന്ധവിശ്വാസങ്ങളും അനാചാരങ്ങളും മേൽക്കൈ നേടി. അതിനെയെല്ലാം തുടച്ചുനീക്കി സമൂഹത്തെ നവീകരിക്കുന്നതിനുള്ള പരിശ്രമമായി നവോത്ഥാനം ശക്തിനേടി.

ഇംഗ്ലീഷ് വിദ്യാഭ്യാസമാണ് ഇവിടെ ഒരു പുതിയ ഉണർവിന് വഴിയൊരുക്കിയത്.

ആധുനികതയുടെ ആദ്യകിരണങ്ങൾ പ്രസരിച്ചത് ബംഗാളിലാണ്. രാജാ റാം മോഹൻറോയിയാണ് ഭാരതീയ നവോത്ഥാനത്തിന്റെ ശിൽപ്പികളിൽ പ്രമുഖൻ. പുതിയ ആശയങ്ങൾ സ്വീകരിക്കാനും, അന്ധവിശ്വാസങ്ങളെ വെടിയാനും അദ്ദേഹം ഉദ്ബോധിപ്പിച്ചു. സതി എന്ന ക്രൂരകൃത്യം ഇല്ലാതാക്കാൻ അദ്ദേഹം നടത്തിയ പ്രവർത്തനങ്ങൾ പ്രശംസ

നീയമാണ്. വിവേകാനന്ദൻ, ശ്രീരാമകൃഷ്ണപരമഹംസൻ തുടങ്ങിയവരും പുതിയ ചിന്തകളെ ഉദ്ദീപിപ്പിച്ചു.

മഹാരാഷ്ട്രയിൽ ജ്യോതിബാ ഫൂലെ നവോത്ഥാനത്തിന്റെ നായകനായി.

കേരളവും കഴിഞ്ഞ നൂറ്റാണ്ടുവരെ പ്രാകൃതാചാരങ്ങളുടെ ചളിക്കുഴിയിലായിരുന്നു. അതുകൊണ്ടാണ് സ്വാമി വിവേകാനന്ദൻ കേരളം 'ഒരു ഭ്രാന്താലയ'മാണെന്നു വിമർശിച്ചത്. നവോത്ഥാനകാലത്ത് കേരളവും പുതുക്കിപണിതു. ശ്രീനാരായണഗുരു, അയ്യൻകാളി, വാഗ്ഭടാനന്ദൻ തുടങ്ങിയവരെല്ലാം അതിനുവേണ്ടി പ്രവർത്തിച്ച മഹാന്മാരാണ്. പിന്നീട് ഇടതുപക്ഷ പുരോഗമനപ്രസ്ഥാനങ്ങളാണ് നവോത്ഥാനത്തെ മുന്നോട്ടു നയിച്ചത്.

നവോത്ഥാനം ലോകത്താകെ പ്രസരിപ്പും നവോന്മേഷവും പ്രദാനം ചെയ്തു.

ശാസ്ത്രപുരോഗതി

മനുഷ്യന്റെ അധ്വാനപ്രവർത്തനങ്ങൾക്കിടയിൽ പുതിയ ഉപകരണങ്ങൾ കണ്ടുപിടിച്ചുകൊണ്ടിരുന്നു. അവയെല്ലാം അധ്വാനത്തെ ലഘൂകരിക്കാനുപകരിച്ചു. ആവശ്യത്തിനനുസരിച്ച് പുതിയവയും രൂപംകൊണ്ടിരുന്നു. ക്രിസ്തുവിന് മൂന്നു നൂറ്റാണ്ടുകൾക്കു മുമ്പാണല്ലോ ആർക്കമെഡീസ് പ്ലവനതത്വം കണ്ടുപിടിച്ചത്. പുതിയതു കണ്ടെത്തിയും കണ്ടെത്തിയവ പരിഷ്കരിച്ചും ശാസ്ത്രം വികസിച്ചുകൊണ്ടിരുന്നു.

കൽക്കരിയുടെ ഉപയോഗം, ആവിയന്ത്രം, സ്പിന്നിംഗ് ജെന്നി എന്നിവ ഒരു പുതിയ യുഗത്തിന്റെ പിറവിയൊരുക്കി. അത് പുതമയുള്ള ഉൽപ്പന്നങ്ങളുടെ കാലമാണ്. വ്യവസായരംഗത്ത് വലിയ പുരോഗതിയും മാറ്റവുമുണ്ടായതിനാൽ അതിനെ വ്യവസായ വിപ്ലവഘട്ടം എന്നുവിളിക്കാം.

കടൽമാർഗഗതാഗതം വാണിജ്യത്തെ വികസിപ്പിച്ചു. ഉൽപ്പന്നങ്ങളും വിൽപ്പനയും അസംസ്കൃതവസ്തുക്കളുടെ ശേഖരണവും വിപുലപ്പെട്ടു. കടൽയാത്രകൾ പുതിയ രാജ്യങ്ങളെ പരിചയപ്പെടുത്തി. ഒപ്പം ലോകത്തിന്റെ വലിപ്പവും ഗ്രഹിച്ചു. അതിലൂടെ ഭൂമിശാസ്ത്രവും ഭൂപടവുമുണ്ടായി. വൻകരകളും വൻസമുദ്രങ്ങളും ലോകത്തിന് പുതിയ അറിവായി.

വ്യവസായവിപ്ലവത്തിനു മുമ്പുതന്നെ അനേകം കണ്ടുപിടുത്തങ്ങൾ ഉണ്ടായിക്കഴിഞ്ഞിരുന്നു. എന്നാൽ അവ പ്രയോഗിക്കാൻ തുടങ്ങിയത് വ്യവസായയുഗത്തിലാണ്. അതു മൂലം ഉൽപ്പാദനത്തിൽ വലിയ മുന്നേറ്റമുണ്ടായി. 1769 ൽ കണ്ടുപിടിച്ച സ്പിന്നിംഗ് ജെന്നിയും 1785ലെ പവ്വർലൂമിന്റെ കണ്ടുപിടുത്തവും തുണിവ്യവസായത്തെ വികസിപ്പിച്ചു.

1769 ൽ ജെയിംസ് വാട്ട് ആവിയന്ത്രം കണ്ടുപിടിച്ചു. ഇത് ഏറെ വിപ്ലവകരമായ കണ്ടുപിടുത്തമായിരുന്നു.

ജെയിംസ് വാട്ട്

1813 ൽ ജോർജ് സ്റ്റീവൺസൺ ലോക്കോമോട്ടീവ് കണ്ടുപിടിച്ചു. 1829 ൽ ആദ്യത്തെ തീവണ്ടി മാഞ്ചസ്റ്ററിൽനിന്നും ലിവർപൂളിലേക്ക് ഓടിത്തുടങ്ങി. പിന്നീട് ഗതാഗതം മറ്റ് രാജ്യങ്ങളിലേക്കും വ്യാപിച്ചു. ഇത് ചരക്ക് കടത്തുന്നതിൽ അതിവിപുലമായ മാറ്റങ്ങൾ വരുത്തി. 1818 ൽ ആദ്യത്തെ ആവിക്കപ്പൽ അറ്റ്ലാന്റിക് മഹാസമുദ്രത്തിൽ സവാരിനടത്തി. കമ്പിത്തപാലിന്റെ വളർച്ചയും മറ്റൊരു നേട്ടമായി. ഇതെല്ലാം മുതലാളിത്തവളർച്ചയെ പതിന്മടങ്ങ് ത്വരിതപ്പെടുത്തി.

കൽക്കരി, ഇരുമ്പയിര് എന്നിവയുടെ ഉപയോഗം വാണിജ്യത്തെയും ഗതാഗതത്തെയും വൻതോതിൽ വികസിപ്പിച്ചു.

വ്യവസായവളർച്ച രണ്ടുവിഭാഗങ്ങളെ സൃഷ്ടിച്ചു. വ്യവസായശാലകൾ സ്വന്തമായുള്ള മുതലാളിമാരും അതിൽ പണിയെടുക്കുന്ന തൊഴിലാളികളും.

വ്യവസായശാലകൾക്കു ചുറ്റും പട്ടണങ്ങളുണ്ടായി. നാട്ടിൻപുറങ്ങളിൽ നിന്നാണ് തൊഴിലാളികൾ പണിശാലകളിലെത്തിയത്. പട്ടണങ്ങളിൽ ക്ലേശകരമായ ഒരു ജീവിതത്തിലേക്കാണ് അവരെത്തിപ്പെട്ടത്.

അധ്വാനിക്കുന്നവരുണ്ടാക്കിയ ശാസ്ത്രനേട്ടവും അവരെ തുണച്ചില്ല. ലാഭം കുന്നുകൂട്ടാനായി അതു മുതലാളി ഉപയോഗിച്ചു.

ശാസ്ത്രപുരോഗതിയും തൊഴിലാളിയുടെ അധ്വാനവും ചേർന്ന് ചരക്കുൽപ്പാദനം വർധിപ്പിച്ച കാര്യമാണല്ലോ പറഞ്ഞുവന്നത്. അനുകൂലമായ സാഹചര്യം മുതലാളിത്തത്തെ വളർത്തി. ഫാക്ടറിയുടെ എണ്ണം കൂടിയപ്പോൾ തൊഴിലാളികളും വർധിച്ചു.

മുതലാളിക്കും തൊഴിലാളിക്കും വിപരീതതാൽപ്പര്യങ്ങളാണുള്ളത്. ഫാക്ടറി നടത്തി കൂടുതൽ ലാഭമുണ്ടാക്കണമെന്ന് മുതലാളി ആഗ്രഹിക്കുന്നു.

തൊഴിലാളികൾക്കു കൂലി കുറച്ചുകൊടുത്തും തൊഴിൽസമയം വർധിപ്പിച്ചും ഉൽപ്പന്നങ്ങൾക്കു വിലകൂട്ടിയുമാണ് മുതലാളി കൂടുതൽ ലാഭമുണ്ടാക്കുന്നത്. ഇതുമൂലം തൊഴിലാളികൾക്ക് മാന്യമായ ജീവിതമുണ്ടാകുന്നില്ല.

മുതലാളി വളരുന്നു, തൊഴിലാളി തളരുന്നു. മുതലാളിമാർക്കെതിരെയുള്ള സ്വാഭാവിക പ്രതിഷേധങ്ങൾ പലയിടങ്ങളിലുമുണ്ടായി. 1831

എംഗൽസ് കാൾമാർക്സ്

ൽ ലിയോൺസിലെ തൊഴിലാളികൾ തെരുവിലിറങ്ങി മാർച്ചു നടത്തി. ജോലിചെയ്യാനും ജീവിക്കാനുമുള്ള അവകാശമാണ് അവരാവശ്യപ്പെട്ടത്.

ആധുനികതൊഴിലാളികളുടെ ദു:സ്ഥിതി പല ചിന്തകന്മാരേയും വ്യാകുലപ്പെടുത്തി. സെന്റ് സൈമൺ, ഫ്യൂറിയർ, റോബർട്ട് ഓവൻ എന്നിവർ സാഹോദര്യത്തിന്റെ സന്ദേശവുമായി രംഗത്തെത്തി. സോഷ്യലിസം എന്ന ആശയം അവർ മുന്നോട്ടുവെച്ചു. എന്നാൽ അതു പ്രയോഗത്തിൽ വരുത്താൻ കഴിയില്ലെന്ന് അനുഭവത്തിൽ അവർക്കുതന്നെ ബോധ്യപ്പെട്ടു.

പിന്നീടാണ് യുഗപ്രഭാവനായ കാൾ മാർക്സിന്റെ പഠനഫലങ്ങൾ പുറത്തുവന്നത്. മുതലാളിത്തത്തിന്റെ ദോഷഫലങ്ങൾ അദ്ദേഹം വരച്ചു കാട്ടി. ലോകത്തെങ്ങുമുള്ള തൊഴിലാളികൾ ഒന്നിച്ചുനിന്നാൽ സന്തോഷകരമായ ഒരു പുതിയ ലോകം നേടാമെന്ന് അദ്ദേഹം ഉദ്ബോധിപ്പിച്ചു.

1818 മെയ് 5 നാണ് ജർമനിയിലെ ട്രയർ എന്ന സ്ഥലത്ത് മാർക്സ് ജനിച്ചത്. ചെറുപ്പത്തിൽത്തന്നെ തൊഴിലാളികളുമായി സമ്പർക്കത്തിലേർപ്പെട്ടു. സാമൂഹികവികാസനിയമങ്ങളെകുറിച്ച് ആഴത്തിൽ പഠിച്ചു. പല തരത്തിലുള്ള എതിർപ്പുകളെ നേരിടേണ്ടിവന്നു. 25-ാം വയസിൽ ഫ്രാൻസിലേക്ക് താമസം മാറ്റി. പിന്നീട് ഇംഗ്ലണ്ടിൽ സ്ഥിരവാസമുറപ്പിച്ചു.

1844മുതൽ എംഗൽസുമായി ഒത്തുചേർന്നുള്ള പ്രവർത്തനങ്ങളാരംഭിച്ചു. എംഗൽസ് ഒരു ഫാക്ടറി ഉടമയുടെ മകനായിരുന്നു. എങ്കിലും വിപ്ലവപ്രവർത്തനങ്ങളിലാണ് അദ്ദേഹവും താൽപ്പര്യം കാണിച്ചത്. 1847ൽ കമ്യൂണിസ്റ്റ് ലീഗ് രൂപീകരിച്ചു. 1948 ഫെബ്രുവരിയിൽ കമ്യൂണിസ്റ്റ് മാനിഫെസ്റ്റോ പുറത്തിറക്കി. മാർക്സും എംഗൽസും ചേർന്നാണ് മാനിഫെസ്റ്റോ തയ്യാറാക്കിയത്. അതോടെ ലോകത്തിന് മുമ്പിൽ ഒരു പുതിയ ചിന്താധാരയാണ് തുറന്നുകിട്ടിയത്. മാർക്സും എംഗൽസും ചേർന്ന്

അനേകം ഗ്രന്ഥങ്ങൾ എഴുതി പ്രസിദ്ധീകരിച്ചു. അതോടൊപ്പം വിപ്ലവ പ്രവർത്തനങ്ങളിൽ സജീവമായി പങ്കെടുക്കുകയും ചെയ്തു.

മാർക്സിന്റെ സംഭാവനകളെ മാർക്സിസം എന്ന പേരിലാണറിയപ്പെടുന്നത്. അത് കാലദേശപരിതസ്ഥിതികൾക്കനുസരിച്ച് മാറ്റംവരുത്തി പ്രയോഗിക്കണമെന്ന് അദ്ദേഹം തന്നെ പറഞ്ഞുവെച്ചിട്ടുണ്ട്. പ്രാകൃത കമ്യൂണിസം, അടിമത്തം, ഫ്യൂഡലിസം എന്നിവ നേരത്തെ വളരെക്കാലം നിലനിന്നതാണ്. പിന്നീടതു മാറി. മാറിയതല്ല, മാറ്റിയതാണ്. അതുപോലെ മുതലാളിത്തവും തകരും എന്ന് മാർക്സ് പറഞ്ഞിട്ടുണ്ട്. അതിനെ മാറ്റാൻ തൊഴിലാളിവർഗത്തിനാണ് കഴിയുന്നതെന്നും അദ്ദേഹം രേഖപ്പെടുത്തി.

സമൃദ്ധിയും സന്തോഷവും പൂത്തുലയുന്ന ഒരു കാലം. അതാണ് സോഷ്യലിസം മനുഷ്യൻ വിചാരിച്ചാൽ എല്ലാം മാറ്റാൻ കഴിയും എന്ന് ശാസ്ത്രവും ചരിത്രവും അടിവരയിടുന്നു. അപ്പോൾ ശാസ്ത്രപുരോഗതിയും മനുഷ്യനന്മ ഉറപ്പുവരുത്തും.

9

ഒന്നാംലോക മഹായുദ്ധം

മഹാഭാരതയുദ്ധം, കലിംഗയുദ്ധം, കുരിശുയുദ്ധങ്ങൾ, അലക്സാണ്ടറുടെ ആക്രമണങ്ങൾ അങ്ങനെ എത്രയെത്ര യുദ്ധങ്ങൾ.

പടയോട്ടങ്ങളും കീഴടക്കലുകളും ചരിത്രത്തിലുടനീളമുണ്ട്. സ്വന്തം രാജ്യം വലുതാക്കണം, അന്യരാജ്യങ്ങളിലെ സമ്പത്തു കവർന്നെടുക്കണം. യുദ്ധം രാജാവിന് വിധിക്കപ്പെട്ടതാണെന്ന വിശ്വാസവും അവരുടെ രക്ഷയ്ക്കെത്തി.

ലോകരാജ്യങ്ങൾ രണ്ടുചേരികളായിപ്പിരിയുക, പരസ്പരം മനുഷ്യക്കുരുതി നടത്തുക എന്നത് ആദ്യത്തെ സംഭവം. ലോകത്തിന്റെ പലഭാഗങ്ങളിലെ കമ്പോളങ്ങൾക്കുവേണ്ടിയുള്ള ആർത്തിയാണ് യൂറോപ്പിനെ രണ്ടു ചേരികളാക്കിയത്. ഒരുവശത്ത് ഓസ്ട്രിയ, ഹംഗറി, ജർമനി തുടങ്ങിയവ മറുഭാഗത്ത് ഫ്രാൻസ്, ബ്രിട്ടൻ, റഷ്യ എന്നിവ.

ഇരുപതാം നൂറ്റാണ്ടിന്റെ ആദ്യഘട്ടത്തിൽത്തന്നെ ഒരു യുദ്ധസാഹചര്യം രൂപപ്പെട്ടു കഴിഞ്ഞിരുന്നു. കമ്പോളമത്സരങ്ങളാണ് ഒരു ലോകയുദ്ധത്തിലേക്ക് നയിച്ചത് എന്നുപറഞ്ഞുവല്ലോ.

കോപ്പർനിക്കസിന്റെ കാലം മുതൽ ശാസ്ത്രരംഗത്ത് ക്രമാനുഗതമായ പുരോഗതിയാണുണ്ടായത്. എന്നാൽ 19 ഉം 20 ഉം നൂറ്റാണ്ടുകളിൽ ശാസ്ത്രം അഭൂതപൂർവമായ വളർച്ച നേടി. ഈ വളർച്ച പടക്കോപ്പു നിർമാണരംഗത്തും പ്രത്യക്ഷപ്പെട്ടു. പോർവിമാനങ്ങളും അന്തർവാഹിനിക്കപ്പലുകളും യുദ്ധരംഗത്ത് പുതുമയുണർത്തി.

ഒന്നാം ലോകമാഹായുദ്ധം ആയുധങ്ങൾ തമ്മിലുള്ള പോരാട്ടമായിരുന്നു. 90 ലക്ഷം സൈനികർ യുദ്ധത്തിൽ മരിച്ചു. 200 ലക്ഷം പേർ അംഗവിഹീനരാവുകയോ ഗുരുതരമായ പരിക്ക് ഏൽക്കുകയോ ചെയ്തു. കരയിലും കടലിലും ആകാശത്തും യുദ്ധം നടന്നു. വ്യോമയുദ്ധം ആദ്യ

ഒന്നാംലോക മഹായുദ്ധം

ത്തേതാണ്. യുദ്ധകാലത്ത് ജനങ്ങൾക്ക് വീടുവിട്ട് പുറത്തിറങ്ങാൻ പോലും കഴിയാതെവന്നു.

19-ാം നൂറ്റാണ്ടിന്റെ അവസാനകാലമായപ്പോഴേക്കും യൂറോപ്യൻ രാജ്യങ്ങൾ തമ്മിൽ കടുത്ത മത്സരങ്ങൾ വളർന്നുകഴിഞ്ഞിരുന്നു. എല്ലാം കമ്പോളത്തിനുവേണ്ടിയും സമ്പത്തു കൊള്ളയടിക്കുന്നതിലുമായിരുന്നു. അതിനിടയിൽ ജർമനിയുടെ വലിയ വളർച്ച ബ്രിട്ടനെ അലോസരപ്പെടുത്തി. ജർമനി മുന്നേറിയാൽ ബ്രിട്ടന്റെ കച്ചവടകുത്തക തകർന്നു പോകുമോ എന്നായിരുന്നു അവർക്കു പേടി.

രാജ്യങ്ങൾ തമ്മിലുള്ള കടുത്ത മത്സരങ്ങൾ യുദ്ധത്തിലേക്കാണു നീങ്ങിയത്.

തമ്മിൽ തമ്മിൽ വെറുപ്പും കിടമത്സരങ്ങളും പുകഞ്ഞുനിന്നപ്പോഴാണ് എരിതീയിൽ എണ്ണയൊഴിച്ചതു പോലെയുള്ള ഒരു സംഭവമുണ്ടായത്. ആസ്ത്രിയൻ കിരീടാവകാശിയായ രാജകുമാരനും പത്നിയും യാത്രാവേളയിൽ ബോസ്നിയ എന്ന പട്ടണത്തിൽവെച്ചു വധിക്കപ്പെട്ടു. ബോസ്നിയൻ രഹസ്യസംഘടനയിലെ ഒരു ചെറുപ്പക്കാരനാണ് ഫെർഡിനാൻഡിനെ കൊന്നത്. ഇത് ആസ്ത്രിയയെ ഞെട്ടിച്ചു. 1914 ജൂൺ 28നായിരുന്നു ഈ സംഭവം. ആസ്ത്രിയ അടങ്ങിയിരുന്നില്ല. കോപാകുലരായ ആസ്ത്രിയക്കാർ ജൂലൈ 28. സെർബിയയ്ക്കെതിരെ യുദ്ധം പ്രഖ്യാപിച്ചു. 1914 ജൂലൈ 25ന് ബൽഗ്രേഡിൽ ബോംബിട്ടുകൊണ്ട് സെർബിയ്ക്കെതിരെയുള്ള യുദ്ധം ആസ്ത്രിയ ആരംഭിച്ചു. റഷ്യ സെർബിയയുടെ സഹായത്തിനെത്തി. അപ്പോൾ ജർമനി റഷ്യക്കെതിരെ തിരിഞ്ഞു. 1914 ആഗസ്ത് 3ന് ഫ്രാൻസും ജർമനിയും തമ്മിൽ യുദ്ധമാരംഭിച്ചു. ആഗസ്റ്റ് 4ന് ബ്രിട്ടനും ജർമനിയും പടക്കളത്തിലിറങ്ങി. യൂറോപ്യൻ രാജ്യങ്ങൾ ഇരുചേരികളായി മാറി: കൂടുതൽ കരുത്തുനേടുന്നതിന് രാജ്യങ്ങൾ

തമ്മിൽ യുദ്ധസഖ്യങ്ങളുമുണ്ടാക്കി. എല്ലാവർക്കും ഒരേ ലക്ഷ്യമേ ഉണ്ടായിരുന്നുള്ളൂ. വ്യാപാരക്കുത്തക നിലനിർത്തണം; പുതിയ കമ്പോളങ്ങൾ സ്ഥാപിക്കണം. കമ്പോളത്തിനുവേണ്ടിയുള്ള കടുത്ത മത്സരമായിരുന്നു ഒന്നാം ലോകമഹായുദ്ധം.

ഇംഗ്ലണ്ടും, ഫ്രാൻസും, ജർമനിയും നേരത്തെതന്നെ പല രാജ്യങ്ങളിലും മേധാവിത്വമുറപ്പിച്ചു കഴിഞ്ഞിരുന്നു. ഇന്ത്യ ബ്രിട്ടന്റെ കോളനിയായിരുന്നല്ലോ.

അതിഭീകരമായ മനുഷ്യക്കുരുതിയും നാശങ്ങളും വാരിവിതറിക്കൊണ്ട് യുദ്ധം മുന്നേറി. അന്നുവരെ ആർജിച്ച എല്ലാ ശാസ്ത്രനേട്ടങ്ങളും സംഹാരത്തിനായി വിനിയോഗിച്ചു. തീയുണ്ട വർഷിക്കുന്ന കൂറ്റൻ ടാങ്കുകളും വിഷവാതകങ്ങളും ആദ്യമായി എതിരാളികൾക്കുനേരെ ഉപയോഗിച്ചു. മനുഷ്യന്റെ കത്തിക്കരിഞ്ഞ മാംസത്തിന്റെ മണംകൊണ്ട് അന്തരീക്ഷം ദുർഗന്ധപൂരിതവുമായി.

വ്യാപാരവും കയറ്റിറക്കുമതിയും നിലച്ചു. ഭരണകൂടങ്ങൾ യുദ്ധകാര്യങ്ങളിൽ മാത്രം കേന്ദ്രീകരിച്ചു. ഭക്ഷ്യക്ഷാമം കൊടുമ്പിരിക്കൊണ്ടു. പട്ടിണിയും ദാരിദ്ര്യവും കൊണ്ട് ലോകജനതവലഞ്ഞു. പകർച്ചവ്യാധികൾ പരന്നതുമൂലം ജനങ്ങൾ പുഴുക്കളെപ്പോലെ ചത്തൊടുങ്ങി.

ആകാശം അടർക്കളമായി മാറിയത് ഒന്നാം ലോകമഹായുദ്ധകാലത്താണ്. അപ്രതീക്ഷിതമായ ആക്രമണത്തിനും കൂടുതൽ വിനാശത്തിനും പോർവിമാനങ്ങൾ ഉപയോഗിക്കപ്പെട്ടു. 1917 ൽ ജർമനി അന്തർവാഹിനി കപ്പലുകൾ യുദ്ധരംഗത്തിറക്കി. അവർ ചരക്കുകപ്പലുകളും യാത്രാകപ്പലുകളും നശിപ്പിച്ചു. ഇത് അമേരിക്കയെ പ്രകോപിപ്പിച്ചു. 1917 ഫെബ്രുവരി 4ന് ജർമനിക്കെതിരെ അമേരിക്ക യുദ്ധം പ്രഖ്യാപിച്ചു.4 വർഷക്കാലം യുദ്ധം തുടർന്നു. അതിനിടയിൽ പല യുദ്ധമുഖങ്ങൾ തുറന്നു മുന്നേറിയിട്ടുണ്ട്. ചിലർ ദയനീയപരാജയമേറ്റുവാങ്ങി പിന്തിരിഞ്ഞിട്ടുമുണ്ട്.

1918 നവംബർ 9ന് ജർമൻ കൈസർ പരാജയം സമ്മതിച്ച് ഹോളണ്ടിൽ അഭയംതേടി. അതോടെ യുദ്ധത്തിന്റെ സ്ഥിതിമാറി. 11ന് യുദ്ധവിരാമസന്ധിയിൽ സഖ്യകക്ഷികളും ജർമനിയും ഒപ്പിട്ടതോടെ ഒന്നാം ലോകമഹായുദ്ധത്തിന് തിരശീലവീണു.

1919ൽ അമേരിക്ക, ഫ്രാൻസ്, ബ്രിട്ടൻ തുടങ്ങി 32 രാജ്യങ്ങളിലെ ഭരണാധികാരികൾ ഫ്രാൻസിൽ സമ്മേളിച്ചു. വിജയികളുടെ ഏകപക്ഷീയമായ ഒരു യോഗമായിരുന്നു അത്. അവിടെവെച്ച് ഒരു ഉടമ്പടി രൂപപ്പെടുത്തിയെടുക്കുകയും ചെയ്തു. അതാണ് വേഴ്സായി ഉടമ്പടി എന്ന പേരിലറിയപ്പെടുന്നത്. അപമാനഭാരത്തോടുകൂടി ജർമനിയും ആ ഉടമ്പടിയിൽ ഉപ്പുവെച്ചു. യുദ്ധം മൂലം ജർമനിക്ക് കനത്ത നഷ്ടമാണു സംഭവിച്ചത്.

ഒന്നാം ലോകമഹായുദ്ധം ലോകത്ത് പലതരത്തിലുള്ള മാറ്റങ്ങളാണുണ്ടാക്കിയത്. ലോകത്ത് സാമ്പത്തികതകർച്ചയും ദുരിതങ്ങളും വാരിവിതറി. പട്ടിണിയും പകർച്ചവ്യാധികളുംകൊണ്ടു ലോകം കിടിലംകൊണ്ടു. ചില രാജ്യങ്ങളിൽ അനേകനൂറ്റാണ്ടുകളായി നിലനിന്ന രാജ

വാഴ്ച അവസാനിച്ചു. റഷ്യയിൽ തൊഴിലാളിവർഗ നേതൃത്വത്തിൽ പുതിയ ഒരു ഭരണവ്യവസ്ഥ നിലവിൽവന്നു. ലോകജനതയ്ക്കു പുത്തൻ പ്രതീക്ഷകൾ നൽകിയ ഒരു ഭരണവ്യവസ്ഥയായിരുന്നു അത്,

സമാധാനത്തിലൂന്നിക്കൊണ്ടുള്ള ഒരു സർവരാജ്യസമിതിയും രൂപംകൊണ്ടു.

ഒന്നാം ലോകമഹായുദ്ധം പഴയലോകക്രമത്തെ മാറ്റിമാറിച്ചു. മുതലാളിത്തത്തിന്റെ മുന്നേറ്റത്തിന് ഭദ്രമായ വഴിയൊരുക്കുകയും ചെയ്തു.

റഷ്യയിലെ ഒക്ടോബർ വിപ്ലവം

ലോകത്ത് അനേകം വിപ്ലവങ്ങൾ നടന്നിട്ടുണ്ട്. വിപ്ലവം എന്ന വാക്ക് മാറ്റത്തെയാണ് സൂചിപ്പിക്കുന്നത്. അടിമത്തവ്യവസ്ഥയ്ക്കും, നാടുവാഴിത്തത്തിനുമെതിരെ വിപ്ലവങ്ങൾ നടന്നിട്ടുണ്ട്. രാജവാഴ്ചയ്ക്കെതിരെ നടന്നതിൽ പ്രധാനമാണല്ലോ ഫ്രഞ്ചുവിപ്ലവം. ഒരാളെ മാറ്റുന്നു, അതേ മനോഭാവമുള്ള മറ്റൊരാൾ വരുന്നു. അതുകൊണ്ട് ഏറ്റവും അടിത്തട്ടിൽ കിടക്കുന്ന ജനങ്ങൾക്ക് നേട്ടമുണ്ടായിട്ടില്ല.

റഷ്യയിലെ ഒക്ടോബർ വിപ്ലവം മറ്റുള്ളവയിൽനിന്നു വേറിട്ടതായിരുന്നു. അന്നത്തെ സാർ ചക്രവർത്തിയെ തൊഴിലാളിവർഗം അധികാരത്തിൽനിന്ന് പുറത്താക്കി; ലെനിന്റെ നേതൃത്വത്തിൽ തൊഴിലാളിവർഗഭരണകൂടം സ്ഥാപിച്ചു. മനുഷ്യവർഗത്തിന്റെ പുരോഗതിക്കു തടസമായി നിൽക്കുന്ന എല്ലാറ്റിനെയും അവർ മാറ്റിമറിച്ചു.

1871 ൽ ഫ്രാൻസിൽ തൊഴിലാളിവർഗവിപ്ലവം നടന്നു. എന്നാൽ, ഭരണം നിലനിർത്താൻ കഴിഞ്ഞില്ല. ജനങ്ങൾക്കെതിരായി നിൽക്കുന്ന

ഒക്ടോബർ വിപ്ലവം

തിനെ മാറ്റാത്തതുകൊണ്ടാണ് അങ്ങനെ സംഭവിച്ചത്. റഷ്യയിൽ എല്ലാം മാറ്റിമറിച്ച് ഭരണമുറപ്പിച്ചു.ഒന്നാം ലോകമഹായുദ്ധകാലത്ത് റഷ്യ സാർ ചക്രവർത്തിയുടെ ഭരണത്തിലായിരുന്നു. തന്നിഷ്ടക്കാരനായ ഭരണാധികാരി, പ്രജകളെ പീഡിപ്പിക്കുന്നതിലാണ് ആഹ്ലാദം കണ്ടെത്തിയത്. ജനങ്ങളെ നാടുകടത്തിയും തടവിലിട്ടും കഷ്ടപ്പെടുത്തി. റഷ്യയിലെ ജനങ്ങൾ ചക്രവർത്തിയെ വെറുത്തു. സാധു കൃഷിക്കാരോട് അടിമകളെപ്പോലെ പെരുമാറി. ഇത് പാവപ്പെട്ട കൃഷിക്കാരിൽ അസംതൃപ്തി പടർത്തി.

വ്യാവസായികവളർച്ചയുടെ ഗുണഫലങ്ങൾ റഷ്യയിലും അനുഭവപ്പെട്ടു. റഷ്യൻ നഗരങ്ങളിൽ പുതിയ പണിശാലകളും അതിൽ തൊഴിലാളികളുമുണ്ടായി. വ്യവസായത്തൊഴിലാളികൾ പലവിധത്തിലുള്ള കഷ്ടപ്പാടുകളും സഹിക്കേണ്ടിവന്നു. കൂലിക്കുറവും കൂടുതൽ സമയം ജോലിയും. തൊഴിലാളികൾ സംഘടനയുണ്ടാക്കി. ന്യായമായ കൂലി വേണമെന്നും ജോലിസമയം കുറയ്ക്കണമെന്നും അവരാവശ്യപ്പെട്ടു. മുതലാളിമാർ അതിനു വഴങ്ങിയില്ല. സാർ ചക്രവർത്തിയുടെ സർക്കാർ മുതലാളിയെ സഹായിച്ചു. തൊഴിലാളിസംഘടനകളെ സർക്കാർ നിരോധിച്ചു. ഇതുകൊണ്ടൊന്നും തൊഴിലാളികളുടെ മനോവീര്യം തകർന്നില്ല. അവർ സംഘടനാശക്തിയിലൂടെ മുന്നേറി.

സമൂഹത്തിലാകെ അസംതൃപ്തിയും നിരാശയും പടർന്നു. ഈ ഘട്ടത്തിൽ ബുദ്ധിജീവികളും സാഹിത്യകാരന്മാരും രംഗത്തിറങ്ങി. ജനങ്ങളുടെ ദയനീയസ്ഥിതി അവർ സാഹിത്യത്തിൽ പ്രതിഫലിപ്പിച്ചു. ലിയോ ടോൾസ്റ്റോയി, തുർഗിനോവ്, മാക്സിം ഗോർക്കി തുടങ്ങിയവരായിരുന്നു ഇതിന്റെ മുൻനിരയിൽ. പഴകി ജീർണിച്ചതിനെയെല്ലാം അവർ നിശിതമായി വിമർശിച്ചു. പുതിയ ഒരു സമൂഹസൃഷ്ടിക്കായി രംഗത്തിറങ്ങാൻ ജനങ്ങളെ പ്രേരിപ്പിച്ചു.

ടോൾസ്റ്റോയി

രാജാവിന്റെ ദുർഭരണത്തിനെതിരെ ജനങ്ങൾ കൂട്ടായി മുന്നേറി. ഇതിനുള്ള ആവേശം അവർക്കു നൽകിയത് മാർക്സിന്റെ ആശയങ്ങളാണ്. ലോകത്തെങ്ങുമുള്ള തൊഴിലാളികളോടു സംഘടിക്കണമെന്ന് അദ്ദേഹം പറഞ്ഞിട്ടുണ്ട്. സംഘടിച്ചുപ്രവർത്തിച്ചാൽ ഒരു പുതിയ ലോകം നേടാമെന്നും മാർക്സ് വിശദീകരിച്ചിട്ടുണ്ട്. റഷ്യ

മാക്സിംഗോർക്കി

യിൽ ഈ ആശയങ്ങൾ ലെനിൻ പ്രചരിപ്പിച്ചപ്പോൾ തൊഴിലാളികൾ അദ്ദേഹത്തിന്റെ പിന്നിൽ അണിനിരന്നു.

ഒന്നാം ലോകമഹായുദ്ധത്തിൽ റഷ്യയും പങ്കെടുത്തു. യുദ്ധാരംഭത്തിൽ ഉത്സാഹത്തിന്റെ അന്തരീക്ഷമാണ് റഷ്യയിലുണ്ടായത്. റഷ്യയ്ക്കെതിരെ ജർമനി യുദ്ധം പ്രഖ്യാപിച്ചപ്പോൾ ജനങ്ങൾ സാർ ചക്രവർത്തിയുടെ പിന്നിലണിനിരന്നു; മാതൃരാജ്യത്തിനുവേണ്ടി യുദ്ധംചെയ്തു. അപ്പോൾ ചക്രവർത്തിയോടുള്ള എല്ലാ വിരോധവും തൽക്കാലം മാറ്റിവെച്ചു. യുദ്ധരംഗത്ത് റഷ്യയ്ക്ക് കനത്ത തിരിച്ചടിയാണ് നേരിടേണ്ടിവന്നത്. അത് സൈനികരെയും ജനങ്ങളെയും നിരാശയിലാഴ്ത്തി. ജനങ്ങൾ ചക്രവർത്തിക്കെതിരെ തിരിഞ്ഞു. യുദ്ധം മൂലം ഭക്ഷ്യക്ഷാമവും പട്ടിണിയുമാണ് പടർന്നത്. റഷ്യയിൽ പ്രക്ഷുബ്ധമായ ഒരന്തരീക്ഷമാണ് ഇതിന്റെയെല്ലാം ഫലമായി സംജാതമായത്. അത് സാറിനെതിരായ ഒരു വിപ്ലവമായി രൂപാന്തരപ്പെട്ടു. ബോൾഷേവിക്ക് പാർട്ടിയാണ് വിപ്ലവത്തിനു നേതൃത്വം കൊടുത്തത്. അതിനെ നയിച്ചത് വി ഐ ലെനിനും.

1917 ൽ സാർചക്രവർത്തിയുടെ ഭരണത്തെ വിപ്ലവകാരികൾ അട്ടിമറിച്ചു. പകരം കെറൻസിയുടെ നേതൃത്വത്തിൽ ഒരു ഗവൺമെന്റുണ്ടാക്കി. പിന്നീട് കെറൻസിയിൽനിന്ന് അധികാരം പിടിച്ചെടുത്ത് തൊഴിലാളിവർഗ നേതൃത്വത്തിൽ പുതിയ ഗവൺമെന്റ് രൂപീകരിച്ചു. ലെനിനാണ് ഭരണത്തിന് നേതൃത്വം നൽകിയത്. തൊഴിലാളികളും ജനങ്ങളും തെരുവിലിറങ്ങി ഒരു ഉത്സവംപോലെ നടത്തിയതാണ് റഷ്യയിലെ ഈ ഒക്ടോബർ വിപ്ലവം.

ലെനിൻ

നേരത്തെ ബോൾഷേവിക്ക് പാർട്ടി വിപ്ലവത്തിന്റെ ലക്ഷ്യം പ്രഖ്യാപിച്ചിരുന്നു; “അധികാരം തൊഴിലാളി കൗൺസിലുകൾക്ക്, ഭൂമി കൃഷിക്കാർക്ക്, ഭക്ഷണം പട്ടിണികിടക്കുന്നവർക്ക്, സമാധാനം എല്ലാവർക്കും.”

റഷ്യയെ തൊഴിലാളികളുടെ റിപ്പബ്ലിക്കായി പ്രഖ്യാപിച്ചുകൊണ്ട് വലിയ മാറ്റങ്ങൾ വരുത്തി. അധികാരം നഷ്ടപ്പെട്ടവർ അടങ്ങിയിരുന്നില്ല. അവർ പുതിയ ഭരണത്തിനെതിരെ തിരിഞ്ഞു; അട്ടിമറിക്കാനായി കഴിയുന്നതെല്ലാം ചെയ്തു. എന്നാൽ, അതിനെയെല്ലാം അതിജീവിച്ചുകൊണ്ട് തൊഴിലാളിവർഗഭരണകൂടം മുന്നേറി.

കൃഷിഭൂമി കൃഷിക്കാർക്കു നൽകി, വ്യക്തികൾ നടത്തിക്കൊണ്ടിരുന്ന വ്യവസായങ്ങൾ സർക്കാർ ഉടമയിൽ കൊണ്ടുവന്നു. ഉൽപ്പാദിപ്പിക്കുന്നതും വിതരണം ചെയ്യുന്നതും സർക്കാരിന്റെ നിയന്ത്രണത്തിലാക്കി. ഭക്ഷണവും പാർപ്പിടവും തൊഴിലും സമാധാനവും സമൂഹത്തിൽ ഉറപ്പുവരുത്തി. ലോകത്ത് പുതിയ മാതൃക സൃഷ്ടിച്ചുകൊണ്ടാണ് പിന്നീട് സോവിയറ്റ് യൂണിയൻ മുന്നേറിയത്. സവിശേഷമായ ഒരു ഭരണവ്യവസ്ഥയായി അതു വികസിച്ചു. സോഷ്യലിസ്റ്റ് വ്യവസ്ഥ എന്ന് ഇതിനെ വിളിക്കാം. എല്ലാ മനുഷ്യർക്കും സുഖവും സമാധാനവും സന്തോഷവും നൽകുന്ന ഒരു ഭരണവ്യവസ്ഥയാണിതെന്ന് ജനങ്ങൾക്ക് വേഗം ബോധ്യപ്പെട്ടു.

ലെനിനാണ് റഷ്യൻ വിപ്ലവത്തിനു നേതൃത്വം കൊടുത്തതെന്നു പറഞ്ഞുവല്ലോ? അദ്ദേഹം 1870 ലാണ് ജനിച്ചത്. ചെറുപ്പത്തിലെ വിപ്ലവപ്രവർത്തനങ്ങളിൽ പങ്കാളിയായി. നിയമപഠനം പൂർത്തിയാക്കിയെങ്കിലും വക്കീലായില്ല. പകരം കമ്യൂണിസ്റ്റ് പാർട്ടിയുടെ മുഴുവൻ സമയ പ്രവർത്തകനായി. തൊഴിലാളികളെ സംഘടിപ്പിച്ചു. ലേഖനങ്ങൾ എഴുതി തൊഴിലാളിവർഗ ആശയങ്ങൾ പ്രചരിപ്പിച്ചു. ലെനിൻ താമസംവിനാ ജനങ്ങളുടെ പ്രിയപ്പെട്ട നേതാവായി ഉയർന്നു. പിന്നീട് ലോക കമ്യൂണിസ്റ്റ് പ്രസ്ഥാനത്തിന്റെ സമുന്നത നേതാവായി വളരുകയും ചെയ്തു. മാർക്സിസ്റ്റ് സിദ്ധാന്തം വികസിപ്പിച്ചു. ആ ആശയത്തിനനുസരിച്ച് റഷ്യയിൽ വിപ്ലവം നടത്തി വിജയിപ്പിക്കുകയും ചെയ്തു.

സോവിയറ്റ് യൂണിയനിൽ നവീനമായ ഒരു സംസ്കാരം പടുത്തുയർത്തി. വികസനത്തിൽ ഒരു പുതിയ കാഴ്ചപ്പാടവതരിപ്പിച്ചു. അതുമൂലം സോവിയറ്റ് യൂണിയനിലെ ഭരണം എല്ലാ രാജ്യങ്ങളിലേയും തൊഴിലാളികളെ ആവേശം കൊള്ളിച്ചു.

സോവിയറ്റ് യൂണിയനിലെ സോഷ്യലിസ്റ്റ് ഭരണവ്യവസ്ഥ 74 കൊല്ലം നിലനിന്നു. 1991 ൽ അതുതകർന്നു. ഭരണം നടത്തിയവരുടെ കുറ്റം കൊണ്ടാണ് വ്യവസ്ഥ തകരാറിലായത്. കൂടാതെ സോവിയറ്റ് യൂണിയനെ തകർക്കാൻ തുടക്കം മുതലേ അമേരിക്ക ആഗ്രഹിച്ചുകൊണ്ടിരുന്നു. അതിൽ വിജയിച്ചു. എന്നാൽ, സോവിയറ്റ് യൂണിയനിലെ ജനങ്ങൾ പെട്ടെന്ന് ദുരിതത്തിലേക്കാണ് ചെന്നുവീണത്. രാജ്യവും ഛിന്നഭിന്നമായിപ്പോയി.

സോവിയറ്റ് യൂണിയന്റെ തകർച്ച പുരോഗമനശക്തികൾക്ക് കടുത്ത നിരാശയാണ് ഉണ്ടാക്കിയത്.

സർവരാജ്യസഖ്യം

വുഡ്രോ വിൽസൻ

യുദ്ധം വിനാശമാണു സമ്മാനിക്കുന്നതെങ്കിലും അത് സമാധാനത്തിന്റെ വാതിൽ തുറക്കും എന്നൊരു ചൊല്ലുണ്ട്.

യൂറോപ്പിലെ വൻശക്തികൾ ഇരു ഭാഗങ്ങളിലണിനിരന്നതാണല്ലോ ഒന്നാംലോകമഹായുദ്ധം. ആ ഭീകരതയ്ക്കിടയിൽത്തന്നെ സമാധാനശ്രമങ്ങളുമാരംഭിച്ചു. അന്നത്തെ അമേരിക്കൻ പ്രസിഡണ്ട് വുഡ്രോവിൽസനാണ് അതിനു മുൻകൈ എടുത്തത്. അദ്ദേഹം 14 നിർദേശങ്ങൾ മുന്നോട്ടുവെച്ചു. തർക്കപരിഹാരത്തിന് ഒരു അന്തർദേശീയ സമിതി രൂപീകരിക്കണമെന്നതും അതിലുൾപ്പെട്ടു.

രാഷ്ട്രങ്ങളുടെ അതിർത്തിത്തർക്കങ്ങൾ ചർച്ചകളിലൂടെ പരിഹരിക്കുക.

സ്വതന്ത്രവ്യാപാരമേഖല സംരക്ഷിക്കുക. തുടങ്ങിയ വ്യവസ്ഥകളും അതിൽ സ്ഥാനം പിടിച്ചിരുന്നു.

ലോകരാജ്യങ്ങൾക്ക് ഒറ്റയ്ക്കുനിൽക്കാൻ കഴിയാത്ത നില സംജാതമായിരിക്കുന്നു. അതിനാൽ ലോകരാഷ്ട്രങ്ങളുടെ കൂട്ടായ്മ വേണമെന്ന് പൊതുവെ അംഗീകരിക്കപ്പെട്ടു. എന്നാൽ പല രാജ്യങ്ങളിലും കമ്പോള ക്കുത്തകയുണ്ടായിരുന്ന ബ്രിട്ടനും ഫ്രാൻസിനും തുടക്കത്തിൽ ഇതിനോടു വലിയ താൽപ്പര്യമുണ്ടായിരുന്നില്ല.

ദീർഘമായ കൂടിയാലോചനകൾക്കും ചർച്ചയ്ക്കും ശേഷമാണ് സർവരാജ്യസഖ്യം അഥവാ ലീഗ് ഓഫ് നേഷൻസ് പിറവിയെടുത്തത്. 1920 ജനുവരി 10 ആണ് ഇതിന്റെ സ്ഥാപകദിനം. കരടുപ്രമാണങ്ങളംഗീകരിക്കാനായി ചേർന്ന സമ്മേളനത്തിലെ അധ്യക്ഷനും വുഡ്രോ വിൽസനായിരുന്നു. വിരോധാഭാസമെന്നുപറയട്ടെ, അമേരിക്ക ഈ സാർവദേശീയ സഖ്യത്തിൽ ചേർന്നില്ല. മേധാവിത്വം നേടാനുള്ള അവരുടെ ദുഷ്ടലാക്കാണ് അമേരിക്കയെ ഇതിൽനിന്നു മാറ്റിനിർത്തിയത്. തുടക്കത്തിൽ 28 രാഷ്ട്രങ്ങളാണ് ഇതിൽ അംഗങ്ങളായത്.

അംഗരാഷ്ട്രങ്ങളുടെ കൂട്ടായ സുരക്ഷ.
ന്യായയുക്തമായ തർക്കപരിഹാരങ്ങൾ
തുറന്ന നയതന്ത്രബന്ധങ്ങൾ
നിരായുധീകരണം എന്നിവ ഉദ്ദ്യേശ്യലക്ഷ്യങ്ങളായി ലീഗ് അംഗീകരിച്ചു.
നിർവഹണത്തിനായി ഒരു സംഘടനാ സംവിധാനവുമുണ്ടാക്കി.

നേരത്തെതന്നെ രൂപീകരിക്കപ്പെട്ട ചില ലോകസംഘടനകളും സഖ്യങ്ങളും ലീഗിന്റെ രൂപീകരണത്തിന് പ്രചോദനമായിട്ടുണ്ട്. അതിലൊന്നാണ് റെഡ് ക്രോസ് സൊസൈറ്റി. 1863 ൽ ജനീവ കേന്ദ്രമാക്കിയാണ് ഇത് പ്രവർത്തനമാരംഭിച്ചത്. ലോകത്ത് ദുരന്തങ്ങളിൽപ്പെടുന്നവർക്ക് വൈദ്യസഹായം, യുദ്ധത്തടവുകാരുടെ സംരക്ഷണം തുടങ്ങിയവ ഈ പ്രസ്ഥാനമേറ്റെടുത്തു.

യുദ്ധമൂലം തകർന്നടിഞ്ഞ രാജ്യങ്ങളെ സഹായിക്കാനായി യൂറോപ്യൻ രാജ്യങ്ങളുടെ ഒരു കൂട്ടുകെട്ടും രൂപീകരിക്കപ്പെട്ടിരുന്നു. 1899 ലും 1907 ലും ചേർന്ന ഹേഗ് സമ്മേളനങ്ങൾ ഒരു ലോകകോടതിയ്ക്ക് തുടക്കമിട്ടു.

വാണിജ്യമത്സരങ്ങൾ സംഘർഷങ്ങളും തർക്കങ്ങളുണ്ടാക്കുമെന്നു തിരിച്ചറിഞ്ഞതിനാലാണ് ഇത്തരത്തിലുള്ള സംഘടനകളുണ്ടാക്കിയത്. സംഘർഷങ്ങൾക്കിടയിൽ രമ്യമായ പരിഹാരവും അവരാഗ്രഹിച്ചിരുന്നു.

പ്രതീക്ഷയോടുകൂടിയായിരുന്നു സർവരാജ്യസഖ്യത്തിന്റെ പിറവി. എന്നാൽ, വൻശക്തികൾ താൽപ്പര്യമെടുക്കാതിരുന്നതിനാൽ ദുർബലശിശുവായിട്ടായിരുന്നു അതിന്റെ ജനനം.

യൂറോപ്യൻ രാജ്യങ്ങൾക്കും മറ്റു വൻശക്തികൾക്കും അവരുടെ താൽപ്പര്യങ്ങൾ മാത്രമേയുള്ളു. അതിനുവേണ്ടി ഏതു മാർഗം സ്വീകരിക്കാനും അവർക്കു മടിയില്ല.

ഹ്രസ്വകാലം മാത്രമേ ലീഗ് നിലനിന്നുള്ളുവെങ്കിലും അത് ഒരു പുതിയ മുന്നേറ്റം സൃഷ്ടിച്ചു.

യുദ്ധത്തടവുകാരെ സഹായിച്ചു.

ആരോഗ്യ-സേവനമേഖലകളിൽ സഹായം നൽകി. രാജ്യങ്ങൾ തമ്മിലുണ്ടായ തർക്കപ്രശ്നങ്ങൾ പലതും പരിഹരിച്ചു.

എന്നാൽ, ഏറെക്കാലം അതിനു മുന്നോട്ടുപോകാൻ കഴിഞ്ഞില്ല. വൻശക്തികൾ തമ്മിൽ പുനർകോളനീകരണത്തിനുവേണ്ടിയുള്ള തർക്കങ്ങളാരംഭിച്ചു.

1938 ൽ ഹിറ്റ്ലർ ആസ്ത്രിയയും ചെക്കോസ്ലാവാക്യയും പിടിച്ചെടുത്തു. അപ്പോൾ സർവരാജ്യസഖ്യത്തിനു നോക്കിനിൽക്കാനേ കഴിഞ്ഞുള്ളു. അതിനിടയിൽ പോളണ്ട്-റഷ്യയുദ്ധം പൊട്ടിപ്പുറപ്പെട്ടു. പല രാജ്യങ്ങൾ തമ്മിൽ ഏറ്റുമുട്ടലുകൾ വർധിച്ചു. മാത്രമല്ല, ലീഗിലെ അംഗരാജ്യങ്ങൾ തമ്മിലുള്ള ബന്ധങ്ങളും ശിഥിലമായി. സമാധാനലംഘനവും യുദ്ധഭീഷണിയും പല കോണുകളിൽനിന്നും ഉയരാൻ തുടങ്ങി. അതോടെ സർവരാജ്യസഖ്യവും മരണമടഞ്ഞു.

ജർമനിയിലെ നാസിസം

ഒന്നാംലോകമഹായുദ്ധത്തിൽ ജർമനി ദയനീയമായി പരാജയമടഞ്ഞു. അത് ജർമനിയുടെ കടുത്ത തകർച്ചയ്ക്ക് വഴിവെച്ചു. കരകയറാൻ കഴിയാത്ത പല വ്യവസ്ഥകളും ജർമനിക്ക് അംഗീകരിക്കേണ്ടിവ

ന്നു. മാത്രമല്ല, രാജ്യത്തിനകത്ത് പടുത്തുയർത്തിയ പലതും മറ്റുള്ളവർക്ക് അടിയറവെക്കാനും ജർമനി നിർബന്ധിതമായി.

ഒന്നാംലോകമഹായുദ്ധകാലത്ത് ഒരു സോഷ്യലിസ്റ്റ് ഭരണകൂടം ജർമനിയിൽ സ്ഥാപിതമായി. എന്നാൽ, ഏറെക്കാലം അതു മുന്നോട്ടുപോയില്ല. അതിനെ സഹായിക്കാൻ സുശക്തമായ ഒരു പാർട്ടി ഉണ്ടായിരുന്നില്ല. മാത്രമല്ല, രാജ്യത്തിന്റെ തകർന്നടിഞ്ഞ സാമ്പത്തികനില പ്രതികൂലവുമായിരുന്നു.

കരകയറാനുള്ള ശ്രമം ഫലംകണ്ടുകൊണ്ടിരുന്നതിനിടയിലാണ് വീണ്ടും ലോകസാമ്പത്തികപ്രതിസന്ധി. അതും ജർമനിയെ വിഴുങ്ങി.

തകർച്ചയുടെ ഈ ഘട്ടത്തിലാണ് ഹിറ്റ്ലറുടെ രംഗപ്രവേശം. ഒന്നിലും പ്രത്യേക താൽപ്പര്യമില്ലാതെയാണ് ഹിറ്റ്ലർ വളർന്നത്. 16-ാം വയസ്സിൽ വിയന്നയിലേക്ക് പോയി. അവിടെ ഒരു തൊഴിലാളിയായി പണിയെടുത്തു. അവിടെവെച്ചാണ് ജൂതവിരോധവും കമ്യൂണിസ്റ്റ് വിരോധവും ഹിറ്റ്ലറിൽ ആവേശിച്ചത്.

ഒന്നാംലോകമഹായുദ്ധകാലത്ത് സൈന്യത്തിൽചേർന്ന് ധീരമായി യുദ്ധംചെയ്തു. 1923 ൽ സവേറിയൻ സർക്കാറിനെ അട്ടിമറിക്കാൻ ശ്രമം നടത്തി പിടിയിലായ ഹിറ്റ്ലർക്ക് 5 വർഷത്തെ തടവുശിക്ഷ ലഭിച്ചു. ജയിലിൽവെച്ചാണ് ഫാസിസത്തിന്റെ തത്വശാസ്ത്രമായ *മെയിൻകാഫ്* എന്ന

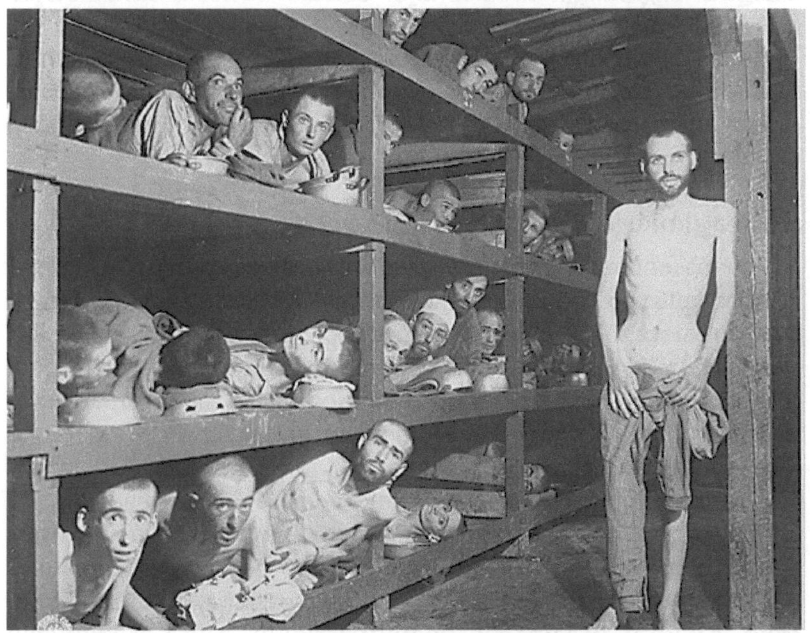

ഹിറ്റ്ലറുടെ കോൺസെൺ ട്രേഷൻ ക്യാമ്പ്

ഗ്രന്ഥം രചിച്ചത്. ഒരു വർഷത്തിനുശേഷം ജയിൽ മോചിതനായി. തിരിച്ചെത്തിയശേഷം നാസിപ്പാർട്ടിയെ ശക്തിപ്പെടുത്തി. ഹിറ്റ്ലറുടെ മനസിലുള്ള എല്ലാ ക്രൂരതകളും അവർക്കു പകർന്നുനൽകി. എന്നാൽ, കാപട്യം നിറഞ്ഞ അദ്ദേഹത്തിന്റെ പ്രസംഗങ്ങൾ ജനങ്ങൾ വിശ്വസിച്ചു. ചെറുപ്പക്കാർ ഹിറ്റ്ലറുടെ പിന്നിലണിനിരന്നു.

ജർമനിയിൽ അക്കാലത്ത് കമ്യൂണിസ്റ്റ്പാർട്ടിക്ക് നല്ല സ്വാധീനമുണ്ടായിരുന്നു. അതിനെ തകർക്കാനാണ് ഹിറ്റ്ലർ ആദ്യം ശ്രമിച്ചത്. 'റൈഖ്സ്റ്റാഗ്' എന്ന പാർലമെന്റ് മന്ദിരത്തിനു തീകൊടുത്തു. അതിന്റെ കുറ്റം കമ്യൂണിസ്റ്റുകാരുടെ മേൽ ആരോപിച്ചു. പാർട്ടിക്കെതിരെ ആക്രമണങ്ങളഴിച്ചുവിട്ടു. 81 പാർലമെന്റംഗങ്ങളെ അറസ്റ്റ്ചെയ്ത് കോൺസെൻട്രേഷൻ ക്യാമ്പിലടച്ചു.

എല്ലാ അധികാരങ്ങളും തന്നിലേക്ക് കേന്ദ്രീകരിച്ച ഹിറ്റ്ലർ ജർമനിയുടെ സർവാധിപതിയായി. പ്രതിപക്ഷകക്ഷികളെയും എതിരഭിപ്രായക്കാരെയും അടിച്ചമർത്തി. ജൂതന്മാരെയും കമ്യൂണിസ്റ്റുകാരെയും കൊന്നുതള്ളി. മനുഷ്യനെ കൂട്ടത്തോടെ കൊന്നൊടുക്കാൻ ഗ്യാസ് ചേമ്പറും ഗില്ലറ്റുകളും നിർബാധം ഉപയോഗിച്ചു. ലോകം കണ്ടതിൽവെച്ച് ഏറ്റവും വലിയ ക്രൂരതയ്ക്കാണ് ജർമനി സാക്ഷ്യം വഹിച്ചത്.

പിന്നീട് സാർവദേശീയസഖ്യത്തിൽനിന്ന് ജർമനി പിന്മാറി. തുടർന്ന് അയൽരാജ്യങ്ങൾക്കെതിരെ ആക്രമണങ്ങളഴിച്ചുവിട്ടു. 1939 ൽ ഹിറ്റ്ലർ പോളണ്ട് ആക്രമിച്ചു. അതോടുകൂടി ലോകം രണ്ടാംലോകമഹായുദ്ധത്തിലേക്ക് വഴുതിവീണു.

ലോകത്തെ വിറപ്പിച്ച ഈ സ്വേച്ഛാധിപതിയുടെ അന്ത്യം ദയനീയമായിരുന്നു. ജനങ്ങളുടെ പ്രതിഷേധത്തിനുമുന്നിൽ പിടിച്ചുനിൽക്കാനാകാതെ സ്വന്തം രാജ്യത്തുനിന്ന് ഒളിച്ചോടി. എൽബാ എന്ന ദ്വീപിൽവെച്ച് ആത്മഹത്യചെയ്തു.

മുസ്സോളിനിയുടെ ഫാസിസം

ഒന്നാംലോകമഹായുദ്ധത്തിൽ വിജയപക്ഷത്തായിരുന്ന ഇറ്റലിയും യുദ്ധത്തിനിടയിൽ മറുപക്ഷത്തുചേർന്നാണ് വിജയം ഉറപ്പിച്ചത്. ജർമൻ സഖ്യപക്ഷത്തുനിന്ന് പെട്ടെന്ന് ചുവടുമാറ്റി ബ്രിട്ടന്റെ ത്രികക്ഷി സഖ്യത്തിൽ ചേരുകയാണുണ്ടായത്. വലിയ പ്രതീക്ഷയോടുകൂടിയായിരുന്നു ഈ ചുവടുമാറ്റം. എന്നാൽ, യുദ്ധാനന്തരഫലം തികച്ചും നിരാശാപൂർണമായിരുന്നു. യുദ്ധത്തിനുശേഷം നടന്ന ചർച്ചകളിൽപ്പോലും ഇറ്റലിയെ പങ്കെടുപ്പിച്ചില്ല.

യുദ്ധത്തിൽ ജയിച്ചെങ്കിലും കടുത്ത നാശനഷ്ടങ്ങളാണ് ഇറ്റലി നേരിട്ടത്. മാത്രമല്ല രൂക്ഷമായ വിലക്കയറ്റം, തൊഴിലില്ലായ്മ എന്നിവകൊണ്ട് ജനങ്ങൾ പൊറുതിമുട്ടി. രാജ്യത്തിന്റെ പൊതുകടവും നാണയപ്പെരുപ്പവും വർധിച്ചു. ശക്തമായ ഒരു ഭരണത്തിന്റെ അഭാവം പ്രശ്നങ്ങൾ കൂടുതൽ രൂക്ഷമാക്കി. അന്നുണ്ടായിരുന്ന കൂട്ടുകക്ഷിമന്ത്രിസഭകൾ വളരെ ദുർബലമായിരുന്നു.

മുസോളിനി

ഈ ഘട്ടത്തിലാണ് മു സോളിനിയും അദ്ദേഹത്തിന്റെ ഫാസിസ്റ്റ് പാർട്ടിയും ഇറ്റലിയിൽ സ്വാധീനമുറപ്പിച്ചത്. മുസോളിനി ചെറുപ്പത്തിൽ ത്തന്നെ ഒരു പ്രക്ഷോഭകാരിയായിരുന്നു. അതിനാൽ ഇറ്റലിയിൽ സോഷ്യൽ ഡെമോക്രാറ്റിക് പാർട്ടിയിലംഗമായി. വിദേശരാജ്യങ്ങളിൽ പഠനം നടത്തി. അതിനിടയിൽ ലെനിനുമായി സമ്പർക്കം സ്ഥാപിച്ചു. 1905 ൽ മുസോളിനി ഒരു സോഷ്യലിസ്റ്റ് വിപ്ലവകാരിയായി ഇറ്റലിയിൽ മടങ്ങിയെത്തി.

വളരെ വേഗം മുസോളിനി ഇറ്റലിയിലെ സോഷ്യലിസ്റ്റ്പാർട്ടി നേതാവായി ഉയർന്നു. അദ്ദേഹത്തിന്റെ തീപ്പൊരി പ്രസംഗം ജനങ്ങളെ ആകർഷിച്ചു. എല്ലാ അനീതികളെയും അദ്ദേഹം വെല്ലുവിളിച്ചു. സൈനികമേധാവിത്വത്തെ എതിർത്തു. യുദ്ധത്തെയും മതത്തെയും ആർജവത്തോടുകൂടി വെല്ലുവിളിച്ചു. സാമൂഹ്യനീതിക്കുവേണ്ടിയുള്ള പോരാട്ടത്തിന്റെ മുൻപന്തിയിൽ മുസോളിനി നിലയുറപ്പിച്ചു.

ഒന്നാംലോക മഹായുദ്ധം മുസോളിനിയെ ആകെ മാറ്റിമറിച്ചു. അദ്ദേഹത്തിന്റെ സ്വഭാവം നേർവിപരീതദിശയിലായി. യുദ്ധത്തിൽ ഇറ്റലി ചേരണമെന്ന് വാശിപിടിച്ചു. സഖ്യകക്ഷികളുടെ ഭാഗത്തുനിന്ന് യുദ്ധംചെയ്യണമെന്നും നിർബന്ധം പിടിച്ചു. ഇറ്റലി യുദ്ധപങ്കാളിയായപ്പോൾ, മുസോളിനി സൈന്യത്തിൽ ചേർന്ന് പടവെട്ടി.

മുസോളിനിയുടെ മാറ്റം സോഷ്യലിസ്റ്റ് പാർട്ടിക്ക് അംഗീകരിക്കാനായില്ല. അതിനാൽ പാർട്ടിയിൽനിന്ന് മുസ്സോളിനിയെ പുറംതള്ളി.

1919 ൽ മുസ്സോളിനി ഇറ്റലിയിൽ ഫാസിസ്റ്റ്പാർട്ടി രൂപീകരിച്ചു. ഒരു കരിങ്കുപ്പായസേനയേയും സംഘടിപ്പിച്ചു. പെട്ടെന്ന് അവർ ഇറ്റലിയിലാകെ അക്രമമാരംഭിച്ചു. മറ്റു പാർട്ടിക്കാരെ കയ്യേറ്റം ചെയ്തു. അവരുടെ സ്ഥാപനങ്ങൾ പിടിച്ചെടുത്തു. ഇറ്റലിയിലാകെ ഒരു ഭീകരവാഴ്ച സൃഷ്ടിച്ചു.

1922 ൽ പരസ്യമായി സർക്കാർ സ്ഥാപനങ്ങൾ പിടിച്ചെടുത്തു. കരിങ്കുപ്പായസേനയുടെ ആക്രമണങ്ങൾകൊണ്ട് ഇറ്റലി കിടിലംകൊണ്ടു. അവർ നേരെ റോമിലേക്ക് മാർച്ചുചെയ്തു. പരിഭ്രാന്തനായ ഭരണാധികാരി അധികാരം മുസോളിനിയ്ക്ക് കൈമാറി. അങ്ങനെ മുസോളിനി ഇറ്റലിയുടെ പ്രധാനമന്ത്രിയായി.

അധികാരത്തിലെത്തിയ മുസോളിനി ആക്രമണത്തിന്റെ ശക്തി വർധിപ്പിച്ചു. എതിരുനിന്നവരെയെല്ലാം ഭരണത്തിൽനിന്നും പൊലീസിൽനിന്നും പുറത്താക്കി. ആ സ്ഥാപനങ്ങളിൽ ഫാസിസ്റ്റുകളെ നിയോഗിച്ചു. പ്രമുഖ സാംസ്കാരികരാഷ്ട്രീയനേതാക്കളെയും വകവരുത്തി. ജനപ്രതിനിധിസഭയെ അദ്ദേഹത്തിന്റെ നിയന്ത്രണത്തിലാക്കി. അങ്ങനെ ഇറ്റലിയിൽ ജനാധിപത്യം എന്നത് പൂർണമായും ഇല്ലാതാക്കി.

പിന്നീട്, മുസോളിനിയുടെ കിരാതവാഴ്ചയാണ് ഇറ്റലിക്ക് സഹിക്കേണ്ടിവന്നത്. വിദ്യാഭ്യാസവും, സാഹിത്യവും, സാംസ്കാരികപ്രവർത്തനങ്ങളും ഫാസിസ്റ്റ് രീതിയിൽ പുനഃക്രമീകരിച്ചു.

മുസോളിനിയും ഹിറ്റ്ലറും കമ്യൂണിസ്റ്റുവിരുദ്ധസഖ്യത്തിലേർപ്പെട്ടു. കമ്യൂണിസത്തെ നശിപ്പിക്കാൻ മാത്രമല്ല, ലോകത്തെ ആക്രമിച്ചുകീഴ്പ്പെടുത്താനും അവർ ശ്രമങ്ങളാരംഭിച്ചു. അവരുടെ ഈ മോഹമാണ് രണ്ടാം ലോകമഹായുദ്ധത്തിലേക്ക് ലോകത്തെ നയിച്ചത്. 1943 ൽ ഇറ്റലി സഖ്യരാജ്യങ്ങൾക്ക് കീഴടങ്ങിയതോടെ ഹിറ്റ്ലർ സ്ഥാനഭ്രഷ്ടനായി. 1945 ൽ ലോകംകണ്ട ഏറ്റവും വലിയ ക്രൂരനായ മുസോളിനി വധിക്കപ്പെട്ടു.

10

രണ്ടാംലോക മഹായുദ്ധം

സമാധാനത്തിന്റെ പ്രതീക്ഷ നൽകിക്കൊണ്ടാണ് ഒന്നാംലോകമഹായുദ്ധമവസാനിച്ചത്. തർക്കപരിഹാരത്തിനായി ഒരു സർവരാജ്യസഖ്യവും രൂപീകരിച്ചു. എന്നാൽ, അതെല്ലാം താൽക്കാലിക ശാന്തത മാത്രമായിരുന്നു. കോളനികൾ തട്ടിപ്പറിച്ചെടുക്കാനും പുതിയ കമ്പോളങ്ങൾക്കു വേണ്ടിയും വൻകിടരാഷ്ട്രങ്ങൾ പരക്കം പായുകയായിരുന്നു. അതിനാൽ സമാധാനം സ്ഥാപിക്കുക എളുപ്പമായിരുന്നില്ല.

ഒന്നാം ലോകമഹായുദ്ധത്തിൽ ജയിച്ച ഇറ്റലിയും പരാജയമടഞ്ഞ ജർമനിയും ഫാസിസത്തിലേക്കാണ് നീങ്ങിയത്. ജനഹിതങ്ങൾ അവിടെ പിച്ചിച്ചീന്തി. ജപ്പാനും അവരുടെ കൂടെക്കൂടി. ലോകരാജ്യങ്ങളെ ആക്രമിച്ച് കീഴ്പ്പെടുത്തുന്നതിനുള്ള ശ്രമങ്ങൾ ഒന്നിച്ചുനടത്തി. മാത്രമല്ല ലോകത്തിനു ഭീഷണയായി വളരുകയും ചെയ്തു. ഇവരുടെ ആപത്തിനെക്കുറിച്ച് പലരും മുന്നറിയിപ്പു നൽകിയിരുന്നു. അതൊന്നും വൻശക്തികൾ ചെവിക്കൊണ്ടില്ല. മാത്രമല്ല ബ്രിട്ടനും ഫ്രാൻസും ഫാസിസ്റ്റുകളുമായി സഖ്യമുണ്ടാക്കുകയും ചെയ്തു. ഇവർക്കെല്ലാം ഒരു താൽപ്പര്യമുണ്ടായിരുന്നു, സോവിയറ്റ് യൂണിയനെ തകർക്കണം.

ലോകസംഭവഗതികൾ മറ്റൊരു വഴിക്കാണ് നീങ്ങിയത്. ഹിറ്റ്ലർ പോളണ്ടിനെ ആക്രമിച്ചു. അതോടുകൂടിയാണ് 1939 സെപ്തംബർ 1ന് യുദ്ധം പൊട്ടിപ്പുറപ്പെട്ടത്. ഈ ഘട്ടത്തിൽ മുസോളിനി അൽബേനിയ ആക്രമിച്ചു. പല രാജ്യങ്ങൾ തമ്മിൽ യുദ്ധമാരംഭിച്ചു. മുസോളിനി വൻ സൈന്യവുമായി വടക്കെ ആഫ്രിക്കയിലേക്ക് കടന്നു. ടോജോ തെക്കുകിഴക്കനേഷ്യൻ രാജ്യങ്ങളെ ആക്രമിച്ചു മുന്നേറി.

സാമ്രാജ്യത്വരാജ്യങ്ങൾ രണ്ടുചേരികളായി പിരിഞ്ഞു. ഒരു ഭാഗത്ത് ജർമനി, ജപ്പാൻ, ഇറ്റലി. മറുഭാഗത്ത് ഇംഗ്ലണ്ട്, ഫ്രാൻസ്, പിന്നീട് അമേരി

പേൾ ഹാർബർ ആക്രമണം

ക്കയും ഒന്നിച്ചുചേർന്നു. ബ്രിട്ടൻ ഇന്ത്യയേയും യുദ്ധത്തിലേക്കു വലിച്ചിഴച്ചു. ഇന്ത്യയിലെ ദേശാഭിമാനികൾ ആ നടപടിയെ എതിർത്തു.

ഫാസിസം ലോകത്തെ വിഴുങ്ങുമെന്ന നിലയിലെത്തി, ഇംഗ്ലണ്ടിനും ഫ്രാൻസിനും നേരെയാണ് അവർ ആക്രമണമഴിച്ചുവിട്ടത്.

ആദ്യഘട്ടത്തിൽ ഫാസിസ്റ്റാക്രമണത്തിൽനിന്ന് സോവിയറ്റ് യൂണിയൻ ഒഴിവാക്കപ്പെട്ടു. ജർമനിയും റഷ്യയും തമ്മിൽ ഒരു കരാറുണ്ടായിരുന്നു. ഇരു രാജ്യങ്ങളും തമ്മിൽ ആക്രമിക്കുകയില്ലെന്ന്. കുറേക്കഴിഞ്ഞപ്പോൾ ഹിറ്റ്ലർ കരാർ ലംഘിച്ചു സോവിയറ്റ് യൂണിയനെ ആക്രമിച്ചു. അതിഭീകരമായ യുദ്ധം. രണ്ടുകോടിയോളം ആളുകളെ സോവിയറ്റ് യൂണിയന് യുദ്ധത്തിൽ നഷ്ടമായി, എന്നിട്ടും റഷ്യൻസേന പിടിച്ചുനിന്നു. ഒടുവിൽ ഹിറ്റ്ലർക്കു പിൻവാങ്ങേണ്ടിവന്നു.

രണ്ടാംലോകമഹായുദ്ധത്തെ യന്ത്രങ്ങൾ തമ്മിലുള്ള യുദ്ധം എന്നാണ് വിശേഷിപ്പിക്കുന്നത്. അപ്പോഴേക്കും ഏറ്റവും മാരകമായ ആറ്റം ബോംബും കണ്ടുപിടിച്ചിരുന്നു.

കടലും കരയും ആകാശവും ഒരുപോലെ യുദ്ധക്കളമായി മാറി. ആകാശാക്രമണത്തിനാണ് കൂടുതൽ പ്രാധാന്യം ലഭിച്ചത്.

ഫാസിസം ആക്രമിച്ചു മുന്നേറിയെങ്കിലും 1941 വരെ അമേരിക്ക യുദ്ധത്തിൽ ചേർന്നില്ല. 41 ൽ അമേരിക്കയ്ക്കു നേരെയായി ആക്രമണം. അവ

ഹിരോഷിമ ആക്രമണം

രുടെ പേൾഹാർബർ തുറമുഖവും ഒരു യുദ്ധക്കപ്പലും ജപ്പാൻ ബോംബിട്ടു തകർത്തു. അതേത്തുടർന്ന് അമേരിക്കയും പടക്കളത്തിലിറങ്ങി.

പല സ്ഥലങ്ങളിലായി യുദ്ധമുഖങ്ങൾ തുറന്ന് ഉഗ്രപോരാട്ടമാണ് യുദ്ധകാലത്തു നടന്നത്. ലക്ഷങ്ങൾ യുദ്ധക്കളങ്ങളിൽ മരണമടഞ്ഞു. അതിലേറെ ആളുകൾ തടവുകാരായി പിടിക്കപ്പെട്ടു. ഫാസിസ്റ്റ് ശക്തികൾ അടിയറവുപറയുന്നതുവരെ യുദ്ധം തുടർന്നു.

1945 ആഗസ്റ്റ് 6 ന് ഹിരോഷിമയിൽ അമേരിക്ക ആറ്റംബോംബു വർഷിച്ചു. അവിടെ നിർത്തിയില്ല 9ാം തിയതി നാഗസാക്കിയിലും ബോംബിട്ടു. 2 ലക്ഷത്തിലധികം ആളുകൾ അപ്പോൾത്തന്നെ മരണമടഞ്ഞു. അംഗഭംഗംവന്നവരും ലക്ഷക്കണക്കിനാണ്. ബോംബിന്റെ അണുപ്രസരത്തിന്റെ ദോഷഫലങ്ങൾ ഇപ്പോഴും ജപ്പാനിലെ ജനത അനുഭവിച്ചുകൊണ്ടിരിക്കുകയാണ്. 1945 സെപ്തംബർ 2 ന് ജപ്പാൻ കീഴടങ്ങി. അതോടുകൂടി 6 വർഷം നീണ്ടുനിന്ന യുദ്ധത്തിന് വിരാമമായി.

വീണ്ടും സമാധാനശ്രമങ്ങളാരംഭിച്ചു. അതിന്റെ പരിണിതഫലമാണ് ഐക്യരാഷ്ട്രസംഘടനയുടെ രൂപീകരണം. യുദ്ധമാണോ നമുക്കുവേണ്ടത്? അല്ലേ അല്ല. സമാധാനം, സമൃദ്ധി സന്തോഷം.

രണ്ടാം ലോകമഹായുദ്ധം ലോകത്ത് വലിയ മാറ്റങ്ങളാണു വരുത്തിയത്. കോളനിരാജ്യങ്ങളിൽ സ്വാതന്ത്ര്യസമരം ശക്തിപ്പെട്ടു. പലരാജ്യങ്ങളും സ്വതന്ത്രമായി. അക്കൂട്ടത്തിലാണ് നമ്മുടെ രാജ്യവും സ്വതന്ത്രയായത്. അതുവരെ ബ്രിട്ടീഷുകാരായിരുന്നല്ലോ ഇന്ത്യയെ അടക്കിവാണത്. സ്വാതന്ത്ര്യത്തിനുവേണ്ടി അനേകം സമരങ്ങൾ നടന്നു. ബ്രിട്ടീഷ് പട്ടാളക്കാർ അടിച്ചും വെടിവെച്ചും ഇന്ത്യക്കാരെ വകവരുത്തി. അനേകം ധീരദേശാഭിമാനികൾ രക്തവും ജീവനും നൽകിയാണ് സ്വാതന്ത്ര്യം നേടിയത്.

രണ്ടാംലോകമഹായുദ്ധം യൂറോപ്യൻ രാഷ്ട്രങ്ങളെ ക്ഷീണിപ്പിച്ചു. അവരുടെ അധീനതയിലുണ്ടായിരുന്ന കോളനികൾ നഷ്ടപ്പെട്ടപ്പോൾ യൂറോപ്പ് കൂടുതൽ തകർന്നു.

ഐക്യ രാഷ്ട്രസംഘടനയുടെ ലോഗോ

യുദ്ധം കമ്യൂണിസ്റ്റ് രാജ്യങ്ങളുടെ എണ്ണം വർധിപ്പിച്ചു. കിഴക്കൻ യൂറോപ്പിലെ അനേകം രാജ്യങ്ങൾ റഷ്യക്കൊപ്പം ചേർന്നു. അതിനാൽ സോവിയറ്റ് ചേരി ശക്തിയാർജിച്ചു. അമേരിക്കയ്ക്കെതിരെ ഒരു പ്രബലശക്തിയായി സോവിയറ്റ് യൂണിയനും കൂട്ടാളികളും നിലയുറപ്പിച്ചു. ലോകം രണ്ടു തുല്യശക്തികളായി മാറി. പിന്നീട്, ലോകത്ത് ശീതസമരത്തിന്റെ കാലമാണ്. എങ്കിലും മൂന്നാംലോകരാജ്യങ്ങളുടെ കൂട്ടായ്മ ഉയർത്തിക്കൊണ്ടുവരാൻ കഴിഞ്ഞതും ഈ ഘട്ടത്തിൽത്തന്നെയാണ്.

ഐക്യരാഷ്ട്രസംഘടന

ആറ്റംബോംബ്... സർവനാശകാരി. അതു ജപ്പാനെ ചുട്ടുകരിച്ചു. ലോകത്തിനുമുന്നിൽ അമേരിക്ക ഒരു പേടിസ്വപ്നമായി.

രണ്ടാം ലോകമഹായുദ്ധത്തിൽ ആയുധങ്ങൾ തമ്മിലാണല്ലോ ഏറ്റുമുട്ടിയത്. ഭയാനകമായ ഈ യുദ്ധവേളയിൽത്തന്നെ സമാധാനശ്രമങ്ങളും നടന്നു.

സർവരാജ്യസഖ്യത്തിന്റെ തകർച്ചയാണ് വീണ്ടും ഒരു യുദ്ധത്തിലേക്ക് ലോകത്തെ നയിച്ചത്. ഘോരമായ യുദ്ധം ലോകമാസകലം നടന്നുകൊണ്ടിരിക്കുമ്പോഴാണ് ശാന്തിയിലും സമാധാനത്തിലും അധിഷ്ഠിതമായ ഒരു സംഘടന വേണമെന്നു തോന്നിയത്. അമേരിക്ക, ബ്രിട്ടൻ, റഷ്യ എന്നീ മൂന്നുരാജ്യങ്ങൾ ചേർന്ന് ഒരു ആലോചനായോഗം നടത്തി. അതിൽ ചൈനയേയും പങ്കെടുപ്പിച്ചു. അമേരിക്കയിലെ ഡംബർടൺ എന്ന സ്ഥലത്തായിരുന്നു ആലോചനായോഗം. ഇത് 1947 ആഗസ്റ്റ് 21 മുതൽ ഒക്ടോബർ 7 വരെ നീണ്ടുനിന്നു. പിന്നീട് വിപുലമായ ഒരു യോഗം കാലിഫോർണിയയിൽ ചേർന്നു. 50 രാഷ്ട്രങ്ങൾ യോജിച്ച് ഒരു സംഘടനയുണ്ടാക്കി. അതാണ് ഐക്യരാഷ്ട്ര സംഘടന, ഐക്യരാഷ്ട്രം എന്ന പദം ആദ്യമായി പ്രയോഗിച്ചത് റൂസ്വെൽട്ടാണ്, ഐക്യരാഷ്ട്രദിനം എന്നാണെന്നറിയുമോ?

അറിയാം ഒക്ടോബർ 24.

1946 ഒക്ടോബർ 24നാണ് ആ സംഘടന നിലവിൽവന്നത്. 51 രാഷ്ട്രങ്ങൾ അപ്പോൾ അതിൽ അംഗങ്ങളായിരുന്നു. അതിനുമുൻപും ഐക്യരാഷ്ട്രസഭയുടെ സമ്മേളനം നടന്നിട്ടുണ്ട്. 1946 ജനുവരി 10ന് സംഘടന

യുടെ ജനറൽ അസംബ്ലി ആദ്യമായി സമ്മേളിച്ചു. അത് ലണ്ടനിൽ വെച്ചായിരുന്നു. അവിടെ വെച്ച് സംഘടനയുടെ ലക്ഷ്യം പ്രഖ്യാപിച്ചു.

യുദ്ധത്തിന്റെ ദുരന്തങ്ങളിൽനിന്ന്,
ഭാവിതലമുറയെ രക്ഷിക്കുക,
മനുഷ്യാവകാശം സംരക്ഷിക്കുക
സ്ത്രീ-പുരുഷസമത്വം ഉറപ്പുവരുത്തുക

ഐക്യരാഷ്ട്രസഭയുടെ സുഗമമായ പ്രവർത്തനത്തിന് ഏഴ് പ്രധാന സമിതികളും രൂപീകരിച്ചു.

പൊതുസഭ (ജനറൽ അസംബ്ലി)
സെക്യൂരിറ്റി കൗൺസിൽ
അന്താരാഷ്ട്രനീതിന്യായകോടതി.
സാമ്പത്തിക സാമൂഹ്യസമിതി എന്നിവ ഇതിൽ ഉൾപ്പെടുന്നു.

യു എൻ ഒ യുടെ ആസ്ഥാനം ന്യൂയോർക്കാണ്. 3000ത്തോളം ജീവനക്കാർ ഇവിടെ ജോലിചെയ്യുന്നു.

എല്ലാരാജ്യങ്ങളും സംഘടനയിൽ അംഗങ്ങളാണെങ്കിലും പ്രത്യേക അവകാശമുള്ള 5 രാഷ്ട്രങ്ങളുണ്ട്. വീറ്റോ അധികാരമുള്ള വൻശക്തികൾ. ഏതൊക്കെയാണെന്നറിയാമോ? പറയാം.

അമേരിക്ക, ബ്രിട്ടൻ, ഫ്രാൻസ്, ചൈന, റഷ്യ

എന്താണ് വീറ്റോ അധികാരം?

പൊതുസഭയിൽ എന്തെങ്കിലും പ്രശ്നം ഒരു രാജ്യം ഉന്നയിക്കുമ്പോൾ വീറ്റോ ചെയ്ത് അതിനെ തടയുക, ഇതുമൂലം പ്രധാനപ്പെട്ട പല പ്രശ്നങ്ങളും സഭയിൽ അവതരിപ്പക്കാൻ കഴിയുന്നില്ല. ഐക്യരാഷ്ട്രസഭയെ നയിക്കുന്നത് സെക്രട്ടറി ജനറൽ ആണ്. ആദ്യത്തെ സെക്രട്ടറി ജനറൽ നോർവേക്കാരനായ ട്രിഗ്വ് ലീ ആയിരുന്നു.

വീറ്റോ അധികാരമുള്ള വൻശക്തികളാണ് ഇതിനെ നിയന്ത്രിക്കുന്നത്. മൂന്നാംലോകരാജ്യങ്ങൾ യു എൻ ഒയിലെ നിശ്ശബ്ദഭൂരിപക്ഷമാണ്. അവർക്ക് ഇതിൽ കാര്യമായ സ്വാധീനമൊന്നുമില്ല.

പല രാജ്യങ്ങൾ തമ്മിലുണ്ടായ തർക്കങ്ങൾക്കും പരിഹാരം കാണാൻ സഭയ്ക്ക് കഴിഞ്ഞിട്ടുണ്ട്.

ഐക്യരാഷ്ട്രസഭയുടെ നടത്തിപ്പിനുവേണ്ട സംഖ്യ അംഗരാജ്യങ്ങളിൽ നിന്നാണ് ശേഖരിക്കുന്നത്. എന്നാൽ ഇതിന്റെ 25 ശതമാനം അമേരിക്കയാണ് സംഭാവന ചെയ്യുന്നത്.

രണ്ടാം ലോകമഹായുദ്ധത്തിനുശേഷം അമേരിക്കയും സോവിയറ്റ്യൂണിയനും തുല്യശക്തികളായിരുന്നു. സോവിയറ്റ് യൂണിയന്റെ തകർച്ചയ്ക്കുശേഷം ലോകത്തെ മുഴുവൻ വരുതിയിലാക്കാൻ അമേരിക്ക ശ്രമിക്കുകയാണ്. അതിനാൽ യു എൻ ഒ ഇപ്പോൾ ദുർബലപ്പെട്ടു വരികയാണ്. പലസ്തീൻ, ഇറാക്ക്, ഇറാൻ പ്രശ്നങ്ങളിൽ അതിന് കാര്യമായി ഒന്നും ചെയ്യാൻ കഴിഞ്ഞിട്ടില്ല. ക്യൂബയ്ക്കെതിരെ അമേരിക്ക ഉപരോധം

ഏർപ്പെടുത്തിയിട്ട് അനേക വർഷങ്ങളായി. അതിലും ഈ ലോകസംഘടന നിസ്സഹായമായി നിൽക്കുകയാണ്.

മറ്റ് രാജ്യങ്ങളിലെ എണ്ണ കവർന്നെടുക്കണം,

കമ്യൂണിസം നശിപ്പിക്കണം.

ലോകം മുഴുവൻ തങ്ങളുടെ നിയന്ത്രണത്തിലാക്കണം ഇതാണ് ഇപ്പോൾ അമേരിക്കയുടെ ലക്ഷ്യം. അതിനായി കരുക്കൾ നീക്കുമ്പോൾ ഐക്യരാഷ്ട്രസഭയ്ക്കു നോക്കിനിൽക്കാനേ കഴിയുന്നുള്ളൂ.

സാമ്രാജ്യമോഹികൾക്ക് യുദ്ധം ഒരു ലഹരിയാണ്. സ്വാതന്ത്ര്യവും സമാധാനവും ജന്മാവകാശമായി സംരക്ഷിക്കാൻ നാം ഉണരേണ്ട കാലമാണിത്.

ഇന്ത്യൻസ്വാതന്ത്ര്യസമരം

1498 ൽ പോർട്ടുഗീസുകാരനായ വാസ്കോഡഗാമ കോഴിക്കോടിനടുത്ത് കാപ്പാട് കപ്പലിറിങ്ങി. അതോടെ ഇന്ത്യയിൽ അടിമത്തത്തിന്റെ ആരംഭം കുറിച്ചു. ഇവിടെ കച്ചവടം നടത്തുന്നതിന് കടൽമാർഗമായിരുന്നു വരവ്. കേരളത്തിലെ വിഭവങ്ങൾ അവരെ മദിപ്പിച്ചു. സാമൂതിരി അനുവാദം നൽകിയപ്പോൾ കോഴിക്കോട് കടൽപ്പുറത്ത് പോർട്ടുഗീസുകാരുടെ പാണ്ടികശാലകളുയർന്നു. അതിനു മുമ്പുതന്നെ അറബികളും ചൈനക്കാരും ഇവിടെ വ്യാപാരം നടത്തിയിരുന്നു. അവർ കച്ചവടത്തിൽ മാത്രമേ താൽപ്പര്യമെടുത്തുള്ളൂ. പോർട്ടുഗീസുകാർ ഭരണക്കാരെ പാട്ടിലാക്കി രാജ്യകാര്യങ്ങളിലും ഇടപെടാൻ തുടങ്ങി.

രാജാവും അദ്ദേഹത്തിനു കീഴിൽ നാടുവാഴികളും ദേശവാസികളും ഉൾക്കൊണ്ട ഒരു ഭരണമായിരുന്നു അന്ന് നിലവിലുണ്ടായിരുന്നത്. ഇവർ തമ്മിലുള്ള തർക്കങ്ങളും കലഹങ്ങളും മുതലെടുത്ത് വിദേശശക്തികൾ മുന്നേറി. പിന്നാലെ ഡച്ചുകാരും ഫ്രഞ്ചുകാരും ഇന്ത്യയിലെത്തി.

ഈ വിദേശികൾ തമ്മിലുള്ള വ്യാപാരമത്സരങ്ങൾ നമ്മുടെ കടൽപ്രദേശങ്ങൾ യുദ്ധക്കളങ്ങളാക്കി. ഒടുവിലാണ് ബ്രിട്ടീഷുകാരുടെ ആഗമനം. അക്കാലത്ത് ഏറ്റവും പുരോഗതി നേടിയ പാശ്ചാത്യരാജ്യം ബ്രിട്ടനായിരുന്നു.

കച്ചവടത്തിനുവേണ്ടിയെത്തിയവരോടൊപ്പം ബ്രിട്ടീഷ് സൈന്യങ്ങളും വരാൻ തുടങ്ങി. താമസസ്ഥലങ്ങൾക്കു ചുറ്റും കോട്ടകളുയർന്നു. 1600 ൽ കിഴക്കൻപ്രദേശങ്ങളിലെ വ്യാപാരത്തിനായി ഈസ്റ്റിന്ത്യാകമ്പനി സ്ഥാപിച്ചു.

കൊൽക്കത്തയിലാണ് ആദ്യത്തെ കോട്ടയുയർന്നത് അതിന്റെ പേരാണ് *വില്യം ഫോർട്ട്*. ഇംഗ്ലീഷുകാർ പിന്നീട് കച്ചവടത്തിൽനിന്ന് വ്യവസായത്തിലേക്ക് തിരിഞ്ഞു. ഇന്ത്യയിലെ നിയമങ്ങളെ അവർ ധിക്കരിച്ചു. അതിനെ ചോദ്യംചെയ്ത സിറാജ്-ഊ-ദൗള എന്ന ബംഗാളിലെ രാജാവിനെ അവർ തലവെട്ടിക്കൊന്നു. 1757 ജൂൺ 20ന് കൽക്കത്ത ഉൾപ്പെ

എ ഒ ഹ്യൂം

ടുന്ന ബംഗാൾ ബ്രിട്ടീഷുകാരുടെ അധീനതയിലായി. ചതിയും കുതന്ത്രങ്ങളും പയറ്റി ഇന്ത്യയിലെ രാജ്യങ്ങൾ ഓരോന്നായി കൈവശപ്പെടുത്തി.

അതിനിടയിൽ ഡച്ചുകാരെയും ഫ്രഞ്ചുകാരെയും ഇന്ത്യയിൽനിന്ന് ബ്രിട്ടീഷുകാർ തോൽപ്പിച്ചോടിച്ചു. രാജാക്കന്മാരെ തമ്മിലടിപ്പിച്ചും എതിർത്തുനിന്നവരെ വകവരുത്തിയും ഇംഗ്ലീഷുകാരുടെ ജൈത്രയാത്ര തുടർന്നു. ഇന്ത്യക്കാരായ ചില രാജ്യദ്രോഹികളാണ് അവർക്ക് ഒത്താശ ചെയ്തുകൊടുക്കുന്നത്. ചിലർക്ക് പദവിയും പണവും കിട്ടിയാൽ എന്തുചെയ്യാനും മടികാണിക്കുകയില്ലല്ലോ? അവർ മാതൃരാജ്യത്തെയും ഒറ്റുകൊടുക്കും. അതാണ് ചരിത്രം പറയുന്നത്.

ഭാരതത്തിന്റെ പ്രധാന പട്ടണങ്ങളിൽ കച്ചവടകേന്ദ്രങ്ങളും സൈനികതാവളങ്ങളുമുയർന്നു. നെറികെട്ട വ്യാപാരസമ്പ്രദായത്തിലൂടെ കൊള്ളകളാണ് ബ്രിട്ടീഷുകാർ നടത്തിയത്. അവരുടെ സാധനങ്ങൾ വിറ്റഴിക്കാൻ ഇവിടെ പ്രത്യേക നിയമങ്ങളുണ്ടാക്കി.

ഇംഗ്ലീഷുകാരുടെ ഭരണംമൂലം ഇവിടത്തെ കൃഷിയും പരമ്പരാഗത വ്യവസായവും തകർന്നു. ജനങ്ങൾ കടുത്ത ദുരിതത്തിലേക്ക് എടുത്തെറിയപ്പെട്ടു. വറുതിയും ക്ഷാമവും നാട്ടിൽ പെരുകി.

1857ലെ പ്ലാസിയുദ്ധത്തിനുശേഷം ഒട്ടേറെ കലാപങ്ങൾ പൊട്ടിപ്പുറപ്പെട്ടു. 1770 ലെ സന്യാസി കലാപം അതിലൊന്നാണ്. അക്കാലത്ത് ബംഗാളിൽ അതിരൂക്ഷമായ ക്ഷാമം ബാധിച്ചു. ജനങ്ങൾ ഭക്ഷണം കിട്ടാതെ പിടഞ്ഞുമരിച്ചു. എന്നിട്ടും, ബ്രിട്ടീഷ് സർക്കാർ അനങ്ങിയില്ല. അപ്പോൾ സന്യാസിമാരും ഫക്കീർമാരും ജനങ്ങളുടെ രക്ഷയ്ക്കെത്തി. അവർ ബ്രിട്ടീഷ് സൈന്യവുമായി ഏറ്റുമുട്ടി. ചിലയിടങ്ങളിൽ സന്യാസിസംഘം വിജയം വരിക്കുകയും ചെയ്തു.

ജനങ്ങളുടെ ജീവിതം കൂടുതൽ ദുരിതപൂർണമായിക്കൊണ്ടിരുന്നു. തകർന്നടിഞ്ഞ കൃഷിക്കാരും മറ്റുള്ളവരും ബ്രിട്ടീഷുകാർക്കെതിരെ തിരിഞ്ഞു. ഇന്ത്യൻ പട്ടാളക്കാർക്കിടയിലും അസംതൃപ്തി പടർന്നു. അധികാരം നഷ്ടപ്പെട്ട ചില നാടുവാഴികളും അവർക്കൊപ്പം ചേർന്നു. അപ്പോൾ അതൊരു വലിയ കലാപമായിവളർന്നു. അതാണ് 1857ലെ ഒന്നാമത്തെ മഹ

ഗാന്ധിജി

ത്തായ സ്വാതന്ത്ര്യസമരം. ബ്രിട്ടീഷുകാർ അതിനെ ശിപായിലഹള എന്നുവിളിച്ചു തരംതാഴ്ത്തിക്കാണിച്ചു.

സമരത്തിൽ പങ്കെടുത്ത നാടുവാഴികളിൽ പ്രമുഖയാണ് ഝാൻസിയിലെറാണി ലക്ഷ്മീഭായി. ബ്രിട്ടീഷുകാരെ പരാജയപ്പെടുത്തി ആദ്യഘട്ടത്തിൽ ഇന്ത്യക്കാർ മുന്നേറി. എന്നാൽ പിന്നീട് ബ്രിട്ടീഷ് സൈന്യം ഭാരതീയരെ കൊന്നുതള്ളി. കൊടുംക്രൂരതകളാണ് അവർ അന്നു കാണിച്ചത്.

1858 ൽ ബ്രിട്ടീഷ് രാജ്ഞി ഇന്ത്യയുടെ അധികാരം നേരിട്ടേറ്റെടുത്തു. ഇന്ത്യ ബ്രിട്ടന്റെ കോളനിരാജ്യമായി മാറി. ചൂഷണവും കൊലയും അവർ നിർബാധം നടത്തി. ജനങ്ങൾ കഷ്ടപ്പാടുകളിലേക്ക് പതിച്ചുകൊണ്ടിരുന്നു.

1885 ൽ ഇന്ത്യൻ നാഷണൽ കോൺഗ്രസ് രൂപീകരിച്ചു. എ ഒ ഹ്യൂം എന്ന ഇംഗ്ലീഷുകാരൻ ആയിരുന്നു ഇതിനു മുൻകൈ എടുത്തത്. ബ്രിട്ടീഷുകാരെ സഹായിക്കണം, ആളിക്കത്തുന്ന സമരങ്ങളെ തണുപ്പിക്കണം. അതായിരുന്നു പുതിയ സംഘടനയുടെ ലക്ഷ്യം. ബ്രിട്ടീഷ് വൈസ്രോയിയുടെ ചെലവിൽ സമ്മേളനങ്ങൾ ചേരുക. ബ്രിട്ടീഷ് രാജാവിനെ പുകഴ്ത്തിക്കൊണ്ടു പ്രമേയം പാസാക്കുക ഇതായിരുന്നു കോൺഗ്രസിന്റെ ആദ്യകാല പ്രവർത്തനപരിപാടി.

1905ൽ ബ്രിട്ടീഷുകാർ ബംഗാളിനെ രണ്ടായി വെട്ടിമുറിച്ചു. അവിടത്തെ ഹിന്ദുക്കളെയും മുസ്ലീങ്ങളെയും തമ്മിലടിപ്പിക്കുന്നതിനുള്ള ഗൂഢപദ്ധതിയായിരുന്നു ബംഗാൾവിഭജനം. കോൺഗ്രസ് അതിനെതിരെ രംഗത്തിറങ്ങി. അതോടുകൂടിയാണ് കോൺഗ്രസ് ഒരു സമരസംഘടനയായി മാറിയത്. പുതിയ സമരമാർഗങ്ങൾ സ്വീകരിച്ച് സംഘടന ശക്തിപ്പെട്ടു.

ബ്രിട്ടീഷുകാരുടെ കൊടുംക്രൂരതകളെ നേരിട്ടുകൊണ്ടാണ് പ്രസ്ഥാനം വളർന്നത്.

തെക്കെ ആഫ്രിക്കയിൽനിന്ന് 1915 ൽ ഗാന്ധിജി ഇന്ത്യയിൽ തിരിച്ചെത്തി. അവിടെയും കറുത്തവർഗക്കാർക്കെതിരെ വെള്ളക്കാർ നടത്തിയ ക്രൂരതകൾ അദ്ദേഹം നേരിട്ടനുഭവിച്ചിട്ടുണ്ട്. 22 വർഷക്കാലം ഇന്ത്യക്കാർക്കുവേണ്ടിയാണ് ഗാന്ധിജി അവിടെ പ്രവർത്തിച്ചത്. 1916 ൽ അദ്ദേഹം കോൺഗ്രസിന്റെ നേതൃത്വമേറ്റെടുത്തു. അത് ഒട്ടേറെ സംഭവങ്ങൾ നട

നെഹ്റു

ന്നുകൊണ്ടിരുന്ന ഒരു കാലത്തായിരുന്നു.

ഒന്നാംലോകമഹായുദ്ധം, റഷ്യയിലെ ഒക്ടോബർവിപ്ലവം തുടങ്ങിയവ അക്കാലത്തായിരുന്നു. ഗാന്ധിജിയുടെ നേതൃത്വത്തിൽ സ്വാതന്ത്ര്യത്തിനായുള്ള സമരങ്ങൾ വളർന്നു. ബ്രിട്ടീഷുകാർ കരിനിയമങ്ങൾ ഒന്നിനുപിറകെ ഒന്നായി പുറപ്പെടുവിച്ചു കൊണ്ടിരുന്നു. സമരക്കാർക്കെതിരെ തോക്കും ലാത്തിയും പ്രയോഗിച്ചു. അതുകൊണ്ടൊന്നും പ്രസ്ഥാനം ക്ഷീണിച്ചില്ല. കൃഷിക്കാരും തൊഴിലാളികളും ദേശീയപ്രസ്ഥാനത്തിലണിചേർന്നു. പലയിടങ്ങളിലും ഉഗ്രൻ സമരങ്ങൾ പൊട്ടിപ്പുറപ്പെട്ടു. 1919ൽ ജാലിയൻവാലാബാഗിൽ ബ്രിട്ടീഷ് സർക്കാർ നടത്തിയ കൂട്ടക്കൊല ഭരതീയരുടെ രക്തം തിളപ്പിച്ചു. ഉപ്പുസത്യഗ്രഹം, നിയമലംഘനം തുടങ്ങി അനേകം സമരങ്ങൾ അക്കാലത്ത് നടത്തി. ഗാന്ധിജി അഹിംസാമാർഗമാണ് സ്വീകരിച്ചത്. എന്നാൽ ചിലപ്പോൾ ജനങ്ങളുടെ രോഷം അണപൊട്ടിയൊഴുകി. ആളുകൾ അക്രമത്തിലേക്ക് തിരിഞ്ഞു. അടിയും വെടിയും ജയിലും സമരഭടന്മാർ സന്തോഷത്തോടെ ഏറ്റുവാങ്ങി.

രണ്ടാംലോകമഹായുദ്ധത്തിന്റെ അവസാനം സമരങ്ങളുടെ വേലിയേറ്റമായി. അപ്പോഴേക്കും ഇന്ത്യയിൽ കമ്യൂണിസ്റ്റുപാർട്ടിയും തൊഴിലാളിപ്രസ്ഥാനങ്ങളും ശക്തിപ്പെട്ടു കഴിഞ്ഞിരുന്നു. സ്വാതന്ത്ര്യസമരത്തെ തീക്ഷ്ണമാക്കുന്നതിന് കമ്യൂണിസ്റ്റുപാർട്ടി തുടക്കംമുതലേ പ്രധാനപങ്ക് വഹിച്ചിട്ടുണ്ട്. ബ്രിട്ടീഷ്നാവികസേനയിലെ ഇന്ത്യൻ ഭടന്മാർ പണിമുടക്കി തെരുവിലിറങ്ങി. അവരെ പിൻതുണച്ചുകൊണ്ടു തൊഴിലാളികളും ഒപ്പം ചേർന്നു.

'ബ്രിട്ടൻ ഇന്ത്യവിട്ടുപോകണം' ഇന്ത്യയിലാകെ ആ ശബ്ദം പ്രതിധ്വനിച്ചു. ജനങ്ങളുടെ പ്രതിഷേധത്തിനു മുന്നിൽ പിടിച്ചുനിൽക്കാൻ വിദേശികൾക്ക് കഴിയാതെയായി.

1947 ആഗസ്ത് 14ന് അർധരാത്രിയിൽ ഡൽഹിയിലെ ചെങ്കോട്ടയിൽ ദേശീയപതാകയുയർന്നു. ബ്രിട്ടീഷുകാരുടെ അടിമത്തത്തിൽനിന്നു നാം വിമോചിതരായി. ഗാന്ധിജി ഭാരതത്തിന്റെ രാഷ്ട്രപിതാവായി പ്രഖ്യാപിക്കപ്പെട്ടു. ജവഹർലാൽ നെഹ്റു ഇന്ത്യയുടെ പ്രധാനമന്ത്രിയായി ഭരണ

മാരംഭിച്ചു. ഭാരതാംബയെ വെട്ടിമുറിച്ചുകൊണ്ടാണ് ബ്രിട്ടൻ അധികാരം കൈമാറിയത്. ഇന്ത്യയും പാകിസ്ഥാനും എന്ന രണ്ടു ശത്രുരാജ്യങ്ങളാണ് അന്ന് ഉടലെടുത്തത്.

രാജ്യത്തെ ഉത്കണ്ഠപ്പെടുത്തുന്ന പുതിയ വ്യാപാര കരാറുകൾ വീണ്ടും ഉടലെടുക്കുന്നു. അത് നന്മയോ തിന്മയോ എന്നു കാലമാണ് തെളിയിക്കേണ്ടത്.

11

സോഷ്യലിസ്റ്റ് വിപ്ലവങ്ങൾ

ചൈനീസ് വിപ്ലവം

ചരിത്രപ്രവാഹത്തിനിടയിൽ അനേകം യുദ്ധങ്ങളും കലാപങ്ങളും നടന്നിട്ടുണ്ട്. റഷ്യയിലെ സോഷ്യലിസ്റ്റ് വിപ്ലവത്തെക്കുറിച്ചും കേട്ടിട്ടുണ്ടല്ലോ?

യുദ്ധങ്ങളും കലാപങ്ങളും മൂലം ഒരാളിൽനിന്ന് മറ്റൊരാൾ ഭരണം പിടിച്ചെടുക്കുന്നു. മാറ്റമില്ലാത്ത ഭരണം തുടരുകയും ചെയ്യുന്നു. അതിൽ നിന്ന് സോഷ്യലിസ്റ്റ് വിപ്ലവത്തിനു വ്യത്യാസമുണ്ട്. അത് നിലവിലുള്ള എല്ലാറ്റിനെയും മാറ്റിമറിക്കുന്നു. ഭരണകാര്യങ്ങളിൽ ജനങ്ങൾക്ക് ഇടപെടാൻ കഴിയുന്നു. ജനങ്ങൾക്ക് സുഖവും സന്തോഷവും ലഭിക്കുന്നു. ഇപ്രകാരമുള്ള വിപ്ലവങ്ങളാണ് റഷ്യ, ചൈന, ക്യൂബ തുടങ്ങിയ രാജ്യങ്ങളിലുണ്ടായത്.

1949 ലാണ് ചൈനീസ് വിപ്ലവം വിജയശ്രീലാളിതമായത്. അത് പുതിയ യുഗത്തിനു നാന്ദികുറിച്ചു. സോഷ്യലിസ്റ്റ് സമൂഹനിർമാണത്തിന്റെ രംഗപ്രവേശമായിരുന്നു അത്. ചൈന പുരാതന സാംസ്കാരിക കേന്ദ്രമായിരുന്നല്ലോ. ഭൂമിയുമായി ബന്ധപ്പെട്ട ഒരു സാമൂഹികജീവിതമായിരുന്നു അവരുടേത്. അതിനാൽ പഴഞ്ചൻ ആചാരങ്ങളും വിശ്വാസങ്ങളും സമൂഹത്തിൽ അടിഞ്ഞുകൂടിയിരുന്നു. വിദേശവിദ്യാഭ്യാസം യുവാക്കളെ ഉണർത്തി. പുതിയ ചിന്താധാരകളും ശാസ്ത്രബോധവും തഴച്ചുവളർന്നു. സമൂഹത്തിന്റെ പിന്നോക്കാവസ്ഥയെ മാറ്റിത്തീർക്കാനവരാഗ്രഹിച്ചു.

പാശ്ചാത്യവിദ്യാഭ്യാസം നേടി തിരിച്ചുവന്ന സൺയാത്സൺ നവോത്ഥാനത്തിനു നേതൃത്വം നൽകി. വൈദ്യശാസ്ത്രം പഠിച്ചിട്ടാണ് തിരിച്ചുവന്നതെങ്കിലും അദ്ദേഹം ഡോക്ടറായില്ല. ചൈനയിലെ ജനങ്ങളുടെ ദുരി

തങ്ങൾ അദ്ദേഹത്തെ ദു:ഖിപ്പിച്ചു. ചൈനക്കാരുടെ മേൽ വിദേശികൾ കാണിക്കുന്ന ക്രൂരതകളിൽ സൺയാത്സൺ അരിശംകൊണ്ടു. ഇതിനെതിരെ അദ്ദേഹം രംഗത്തിറങ്ങി. ചൈനയിൽ ഒരു പുരോഗമന റിപ്പബ്ലിക്ക് സ്ഥാപിക്കാനാണഗ്രഹിച്ചത്. അതിനായി സൺയാത്സൺ കുമിന്താങ്ങ് എന്ന സംഘടനയുണ്ടാക്കി. അതിന്റെ നേതൃത്വത്തിൽ 1911 ൽ നടത്തിയ വിപ്ലവം വിജയിച്ചു. സൺയാത്സൺ ചൈനയുടെ പ്രസിഡന്റായി.

1900ന്റെ ആദ്യഘട്ടത്തിൽത്തന്നെ രാജവാഴ്ചയ്ക്കെതിരെ ചൈനയിൽ കലാപങ്ങൾ ആരംഭിച്ചുകഴിഞ്ഞിരുന്നു. നാടുവാഴിത്തം അവസാനിപ്പിക്കണമെന്ന് ജനങ്ങളാവശ്യപ്പെട്ടു.

സൺയാത്സൺ പ്രസിഡന്റായപ്പോൾ നാടുവാഴികൾ അടങ്ങിയിരുന്നില്ല. അവർ സർക്കാരിനെതിരെ തിരിഞ്ഞു. ബ്രിട്ടൻ, ജർമനി, ജപ്പാൻ തുടങ്ങിയ രാജ്യങ്ങൾ സർക്കാർ വിരുദ്ധശക്തികളെ സഹായിച്ചു. അവരെല്ലാം ചേർന്ന് ചുവാൻഷി-കയ് എന്നൊരാളെ ഭരണത്തലവനാക്കി. ജനങ്ങളിൽ മഹാഭൂരിപക്ഷത്തിനും ഇതൊന്നും ഇഷ്ടമായില്ല. അതിനാൽ അവർ നാടുവാഴിത്തത്തിനെതിരെ സംഘടിച്ചു മുന്നേറി. 1917 ലെ റഷ്യൻ വിപ്ലവത്തിന്റെ സ്വാധീനം ചൈനയിലും പടർന്നു.

1921 ൽ ചൈനീസ് കമ്യൂണിസ്റ്റ് പാർട്ടി രൂപീകരിച്ചു.

രണ്ടാം ലോകമഹായുദ്ധത്തിന്റെ കെടുതികൾ മൂലം ജനങ്ങൾ വലിയ ദുരിതം അനുഭവിച്ചുവന്ന ഘട്ടമായിരുന്നു അത്. ഭൂപ്രഭുക്കളും ജനങ്ങളെ കണക്കില്ലാത്തവിധം ബുദ്ധിമുട്ടിച്ചു. കൃഷിക്കാരെയും തൊഴിലാളികളെയും കമ്യൂണിസ്റ്റുകാർ സംഘടിപ്പിച്ചു. സാമൂഹ്യ-സാമ്പത്തിക ദുരിതങ്ങൾക്കെതിരെ ഉശിരൻ സമരങ്ങൾ സംഘടിപ്പിച്ചു. ഇതിനെല്ലാം നേതൃത്വം നൽകിയത് മൗ സെ ദോങ്ങ് ആണ്. കമ്യൂണിസ്റ്റുകാർ സൺയാത്സണുമായി ഐക്യമുണ്ടാക്കി. അതിന്റെ നേതൃത്വത്തിൽ ഒരു വിപ്ലവ ഗവൺമെന്റുണ്ടാക്കി. ഇത് സാമ്രാജ്യത്വശക്തികൾക്ക് ഇഷ്ടപ്പെട്ടില്ല. അവർ ചിയാങ്കൈഷക് എന്നൊരാളെ ഭരണത്തലവനായി അവരോധിച്ചു. അയാൾക്ക് എല്ലാ സഹായങ്ങളും നൽകി. ചിയാങ്കൈഷക് വിപ്ലവകാരികൾക്കെതിരെ തിരിഞ്ഞു അനേകം കമ്യൂണിസ്റ്റുകാരെ കൊന്നുതള്ളി. ചൈനയിൽ ഒരു ഭീകരവാഴ്ച തന്നെ അരങ്ങേറി. മൗ സെ ദോങ്ങിന്റെ നേതൃത്വത്തിൽ കമ്യൂണിസ്റ്റുകാർ

മൗ സേ ദോങ്ങ്

ഇതിനെ പ്രതിരോധിച്ചു. അതിനുവേണ്ടി ഒരു ചുവപ്പുസേനയും രൂപീകരിച്ചു. ജനദ്രോഹിയായ ചിയാങ്കൈഷെക്കിനെ പുറത്താക്കുന്നതുവരെ മുന്നോട്ടുപോകുമെന്ന് കമ്യൂണിസ്റ്റ്പാർട്ടി പ്രഖ്യാപിച്ചു.

ചുവപ്പുസേനയെയും കമ്യൂണിസ്റ്റുകാരെയും നശിപ്പിക്കാൻ ചിയാങ്കൈഷെക്ക് പഠിച്ച പണി പതിനെട്ടും പയറ്റി. എന്നാൽ കരുത്തരായ ചുവപ്പുസേനയ്ക്കുമുന്നിൽ അയാൾ പരാജയപ്പെട്ടതേയുള്ളൂ.

1931 ൽ ജപ്പാൻ, മഞ്ചൂറിയ ആക്രമിച്ചു. അതിനെ ഫലപ്രദമായി എതിർക്കാൻ ചിയാങ് മുന്നോട്ടുവന്നില്ല. ചുവപ്പുസേനയാണ് ആ ദൗത്യം ഏറ്റെടുത്തത്. കമ്യൂണിസ്റ്റുകാരോടുള്ള വിരോധമൂലം ചൈന നശിച്ചു കാണണമെന്നാണ് ചിയാങ്കൈഷെക്ക് ആഗ്രഹിച്ചത്. എന്നാൽ ജനങ്ങൾ അടങ്ങിയിരുന്നില്ല. ചൈനയിലെ വിദ്യാർഥികളാസകലം തെരുവിലിറങ്ങി. ജപ്പാനെതിരെ രാജ്യസ്നേഹികളൊന്നിച്ചു. റഷ്യ അതിനെ വേണ്ടവിധം സഹായിച്ചു.

ഒപ്പം ചിയാങ്കൈഷെക്ക് അമേരിക്കയുടേയും മറ്റും ഒരു വെറും പാവമാത്രമായിരുന്നു. അതിനാൽ 1945ൽ അമേരിക്ക ചൈനയിലേക്ക് നേരിട്ടു കടന്നു. കമ്പോളം കൈയടക്കാനും സമ്പത്തു കൊള്ളയടിക്കാനുമാണ് അമേരിക്ക കടന്നുകയറിയത്.ചിയാങിനെ നേരിട്ടു സഹായിക്കുന്നതിനും. ജനങ്ങൾ അമേരിക്കയുടെ ദുഷ്ടലക്ഷ്യങ്ങൾ പെട്ടെന്നു തിരിച്ചറിഞ്ഞു. ജനങ്ങൾ ചിയാങ്-അമേരിക്കൻ കൂടികെട്ടിനെതിരെ രംഗത്തിറങ്ങി.

രണ്ടാം ലോകമഹായുദ്ധം അവസാനിച്ചിട്ടും മെഞ്ചസ്റ്ററിനെതിരെയുള്ള ആക്രമണം ജപ്പാൻ തുടർന്നു. ചുവപ്പുസേനയെ കീഴടക്കുകയായിരുന്നുഅവരുടെ പ്രധാനലക്ഷ്യം. ജപ്പാന്റെ ആക്രമണത്തെ ചെറുക്കേണ്ടത് ചൈനയുടെ പ്രധാന ആവശ്യമായിരുന്നു. കമ്യൂണിസ്റ്റ് പാർട്ടി ചിയാങ്കൈഷെക്കുമായി യുദ്ധസഖ്യമുണ്ടാക്കി. ചുവപ്പുസേന സൃഷ്ടിച്ച മുന്നേറ്റത്തിൽ ജപ്പാൻ പരാജയപ്പെട്ടു പിൻമാറി.

ആഭ്യന്തരകലഹങ്ങളുടെയും യുദ്ധത്തിന്റെയും ഫലമായി ചൈന തകർന്നു.

നാണയപ്പെരുപ്പവും വിലക്കയറ്റവും ജനങ്ങളുടെ ജീവിതം തകർത്തു. വ്യവസായവും വാണിജ്യവും പ്രതിസന്ധിയിലായി.

സമാധാനം സ്ഥാപിക്കണം, അമേരിക്കൻ പാവഗവൺമെന്റിനെ പുറത്താക്കണം. ജനങ്ങളുടെ കഷ്ടപ്പാടുകൾ പരിഹരിക്കണം. ഇതിനുവേണ്ടി മൗ സെ ദോങ്ങിന്റെ നേതൃത്വത്തിൽ ചുവപ്പുസേന അന്തിമ പോരാട്ടത്തിനിറങ്ങി. പ്രതികൂലഘട്ടത്തിൽ പിൻമാറിയും അനുകൂലസാഹചര്യത്തിൽ മുന്നേറിയും അവർ ലക്ഷ്യത്തിലേക്ക് മുന്നേറി.

1949 ൽ മഞ്ഞനദിക്കരയിൽ ബ്രിട്ടീഷ് കപ്പൽപട ചുവപ്പുസേനയെ നേരിട്ടു. അതിനെയും ചുവപ്പുപട തകർത്തു. ബ്രിട്ടീഷ് നാവികസൈന്യത്തിന് കനത്ത പ്രഹരമാണ് ചെങ്കുപ്പായ സൈന്യമേൽപ്പിച്ചത്. ജനങ്ങളുടെ പ്രവാഹം

ചിയാങ്കൈഷെക്കിനെ വിറളി പിടിപ്പിച്ചു. അയാൾ ഫൊർമോസാ ദ്വീപിൽ അഭയം തേടി.

ചൈന മൗ സെ ദോങ്ങിന്റെ നേതൃത്വത്തിലുള്ള ചുവപ്പുസേനയുടെ കരവലയത്തിലായി.

1949 ഒക്ടോബർ 1 ന് ജനകീയചൈന ഒരു റിപ്പബ്ലിക്കായി പ്രഖ്യാപിക്കപ്പെട്ടു.

നിലവിലുള്ള ഭരണസമ്പ്രദായങ്ങളെയാകെ മാറ്റിമറിച്ചു. ഒരു സോഷ്യലിസ്റ്റ് ഭരണവ്യവസ്ഥയ്ക്ക് തുടക്കം കുറിച്ചു. ലോകത്തിൽ ഏറ്റവും കൂടുതൽ ജനങ്ങളുള്ള ചൈന പുരോഗതിയുടെ പാതയിലൂടെ പ്രയാണമാരംഭിച്ചു.

ക്യൂബൻ വിപ്ലവം

കേരളംപോലെ പ്രകൃതിമനോഹരമായ പ്രദേശമാണ് ക്യൂബ. ഇരുന്നൂറിലധികം നദികളും അനേകം പർവതങ്ങളും ക്യൂബയുടെ മനോഹാരിതയ്ക്കു മാറ്റുകൂട്ടുന്നു. സമതലപ്രദേശങ്ങൾ ജനനിബിഡവും കൃഷിയോഗ്യവുമാണ്.

വെസ്റ്റിൻഡീസ് ദ്വീപസമൂഹത്തിൽ ഉൾപ്പെട്ടതാണ് ക്യൂബ. ക്യൂബൻ രാഷ്ട്രത്തിൽ 1600 ലധികം ചെറുദ്വീപുകളുണ്ട്. മെക്സിക്കോ ഉൾക്കടലിലേക്കുള്ള പടിവാതിൽക്കലാണ് ക്യൂബയുടെ സ്ഥാനം. അമേരിക്കൻ ഐക്യനാടുകളുടെ അതിർത്തിയിൽനിന്ന് 200 കിലോമീറ്റർ അകലമേ ഉള്ളൂ.

കരിമ്പിന്റെ നാടാണ് ക്യൂബ. പുകയിലകൃഷിക്കും വളരെ പ്രസിദ്ധമാണ്. വേണ്ടത്ര മഴയും സന്തുലിതമായ കാലാവസ്ഥയും അവർക്ക് അനുഗ്രഹമാണ്.

ക്യൂബയിലെ ആദിമ നിവാസികൾക്കുപുറമേ യൂറോപ്യൻരാജ്യങ്ങളിൽനിന്നു കുടിയേറിപ്പാർത്തവരും അവിടെയുണ്ട്. അടിമപ്പണിക്കുവേണ്ടി പുറമേനിന്നു കൊണ്ടുവന്നവരുടെ പിൻതലമുറയാണ് മറ്റൊരു വിഭാഗം. പ്രധാന ഭാഷയായി സ്പാനിഷും രണ്ടാംഭാഷയായി ഇംഗ്ലീഷും ജനങ്ങളുപയോഗിക്കുന്നു.

1492 ൽ കൊളംബസ് അമേരിക്ക കണ്ടുപിടിച്ചതിനെക്കുറിച്ചു കേട്ടിട്ടുണ്ടല്ലോ? അതോടുകൂടിയാണ് ക്യൂബയുടെ ചരിത്രവുമാരംഭിക്കുന്നത്.

സ്പെയിൻകാർ ക്യൂബ കൈവശപ്പെടുത്തി. അവർ ജനങ്ങളെ അടിമകളാക്കി. ഇതിനെതിരെ നടത്തിയ ചെറുത്തുനിൽപ്പുകൾ ഫലവത്തായില്ല.

1868 ൽ സ്വാതന്ത്ര്യസമരം കൂടുതൽ ശക്തിപ്പെട്ടു. കാർലോസ്സെസ്പെദെ എന്ന പ്രമുഖ നേതാവാണ് സമരം നയിച്ചത്. കാട്ടുതീപോലെ സമരം നാട്ടിലാകെ പടർന്നുപിടിച്ചു. ചില പ്രദേശങ്ങൾ സമരക്കാർ മോചിപ്പിച്ചു. അവർ സെസ്പെദെ പ്രസിഡന്റായി ക്യൂബൻ റിപ്പബ്ലിക്ക് സ്ഥാപിച്ചു. സോഷ്യലിസ്റ്റ് മാതൃകയിലുള്ള ഒരു ഭരണമാണ് സെസ്പെദെ വിഭാവനം ചെയ്തത്.

ഫിദൽ കാസ്ട്രോ

ബാക്കിയുള്ള പ്രദേശത്തു നിന്നും സ്പെയിൻകാരെ തുരത്തുന്നതിനുള്ള സമരം പിന്നെയും തുടർന്നു. അതിനിടയിൽ സ്പെയിൻകാരെ ആട്ടിപ്പായിച്ച് ക്യൂബ അമേരിക്ക കൈവശപ്പെടുത്തി.

അമേരിക്കൻ കോളനിഭരണം കൂടുതൽ അക്രമപരമായിരുന്നു. ജനങ്ങൾ തീർത്തും നിരാശരും പ്രതികാരമനോഭാവമുള്ളവരുമായി മാറി. ക്യൂബയിലെ പീപ്പിൾസ് സോഷ്യലിസ്റ്റ് പാർട്ടി അമേരിക്കൻ ഭീകരഭരണത്തിനെതിരെ ചെറുത്തുനിൽപ്പുകളാരംഭിച്ചു. തൊഴിലാളികളും കൃഷിക്കാരും പാർട്ടിക്കുപിന്നിൽ അണിനിരന്നു.

1833 ൽ അധികാരമേറ്റ ഗ്രൗ എന്ന ആൾ ജനഹിതമനുസരിച്ച് ഭരണം നടത്തി. അത് അമേരിക്കയ്ക്ക് ഇഷ്ടപ്പെട്ടില്ല. അതിനാൽ ഗ്രൗവിനെ പ്രസിഡന്റ് സ്ഥാനത്തുനിന്നും പുറത്താക്കി.

1934 ൽ അമേരിക്കയുടെ വെറും ഒരു പാവയായ ബാത്തിസ്റ്റാ എന്ന വ്യക്തിക്ക് ഭരണമേൽപ്പിച്ചുകൊടുത്തു. അദ്ദേഹം ജനഹിതത്തെ മാനിച്ചില്ല. ബാത്തിസ്റ്റയുടെ കിരാതഭരണത്തിനെതിരെ പീപ്പിൾസ് സോഷ്യലിസ്റ്റ്പാർട്ടി വൻസമരങ്ങൾ നയിച്ചു. അതിനാൽ പാർട്ടിയെ സർക്കാർ നിരോധിച്ചു. കമ്യൂണിസ്റ്റുകാർക്കെതിരെ കടുത്തമർദനങ്ങൾ അഴിച്ചുവിട്ടു.

ഈ സന്ദർഭത്തിലാണ് 25 വയസുകാരനായ ഫിദൽ കാസ്ട്രോ എന്ന ചെറുപ്പക്കാരൻ രംഗത്തെത്തിയത്. അദ്ദേഹം യുവാക്കളെ സംഘടിപ്പിച്ചു. തൊഴിലാളികളും കൃഷിക്കാരും സമരസന്നദ്ധരായി. ബാത്തിസ്റ്റയെ പുറത്താക്കുന്നതിനായി ഫിദൽ ജനങ്ങളെ നയിച്ചു.

1952 ൽ നടന്ന ക്യൂബൻതിരഞ്ഞെടുപ്പിൽ ബാത്തിസ്റ്റ മൂന്നാംസ്ഥാനത്തേക്കു പിന്തള്ളപ്പെട്ടു. പരാജയം സമ്മതിക്കാൻ തയ്യാറാകാതിരുന്ന അയാൾ പട്ടാളത്തെ ഉപയോഗിച്ച് ഭരണം പിടിച്ചെടുത്തെങ്കിലും വിപ്ലവകാരികൾ ഹതാശരായില്ല. അവർ മൊൻകാദകോട്ട ആക്രമിച്ചു. ഏറ്റുമുട്ടലിൽ അനേകം പേർ മരിച്ചു. ഫിദൽ കാസ്ട്രോ തൽക്കാലം രക്ഷപ്പെട്ടെങ്കിലും പിന്നീട് പിടിക്കപ്പെട്ടു. വിചാരണവേളയിൽ കോടതിയിൽ നാലുമണിക്കൂർ നീണ്ടുനിന്ന കാസ്ട്രോയുടെ പ്രസംഗം പ്രസിദ്ധമാണ്. ചരിത്രം എന്നെ കുറ്റക്കാരനല്ലെന്ന് വിധിക്കും എന്ന് ഫിദൽ കോടതിയിൽ സ്ഥാപിച്ചു. എന്നിട്ടും അദ്ദേഹത്തിന് 15 വർഷത്തെ തടവുശിക്ഷ വിധിച്ചു.

മൊൻകാദാകോട്ട ആക്രമണത്തിനുശേഷം രാജ്യത്തുടനീളം അതി ഭീകരവാഴ്ചയാണ് അരങ്ങേറിയത്. 20000ത്തിലധികം ആളുകൾ കൊല്ല പ്പെട്ടു. ഫിദൽകാസ്ട്രോയെ മോചിപ്പിക്കണമെന്നാവശ്യപ്പെട്ട് ജനങ്ങൾ തെരുവിലിറങ്ങി. ഒടുവിൽ 1955 ൽ അദ്ദേഹത്തെയും കൂട്ടുകാരെയും മോചി പ്പിച്ചു. അവർ മെക്സിക്കോവിൽ അഭയം തേടി. അവിടെവെച്ചാണ് പ്രമുഖ വിപ്ലവകാരി ചെ ഗുവേരയുമായി ഫിദൽ കണ്ടുമുട്ടിയത്.

1956 നവംബർ 25ന് 'ഗ്രാൻമ' എന്ന ഒരു പഴയ ബ്രിട്ടീഷ് പത്തേമാ രിയിൽ 82 വിപ്ലവകാരികൾ ക്യൂബയിലേക്കുനീങ്ങി. കാസ്ട്രോ തിരിച്ചെ ത്തിയപ്പോഴേക്കും രാജ്യത്ത് സമരം ആളിപ്പടർന്നുകഴിഞ്ഞിരുന്നു. എന്നാൽ 82 വിപ്ലവകാരികൾ കരയിലിറങ്ങിയപ്പോൾ അവർക്ക് കടുത്ത ആക്രമണമാണ് നേരിടേണ്ടിവന്നത്. അതിൻഫലമായി 70 പേർ മരണമ ടഞ്ഞു. അവശേഷിച്ചവരിൽ ഫിദലും ചെ ഗുവേരയുമുണ്ടായിരുന്നു. അവർക്കൊപ്പം യുവാക്കളും വിദ്യാർഥികളും അണിചേർന്നു. ഗറില്ലായുദ്ധ മാർഗത്തിലൂടെ വിപ്ലവകാരികൾ മുന്നേറി. ക്യൂബയിൽ തൊഴിലാളികൾ നീണ്ട പണിമുടക്കങ്ങളാരംഭിച്ചു. ഒടുവിൽ ജനങ്ങളുടെ മഹാപ്രവാഹത്തി നുമുമ്പിൽ പിടിച്ചുനിൽക്കാനാവാതെ ബാത്തിസ്റ്റ ഒളിച്ചോടി രക്ഷപ്പെട്ടു.

1959 ജനുവരി 1ന് ക്യൂബയിൽ വിപ്ലവകാരികൾ വിജയപതാകനാ ട്ടി. സോഷ്യലിസ്റ്റ് മാതൃകയിലുള്ള ഒരു സോഷ്യലിസ്റ്റ് ഭരണത്തിന് അവർ ആരംഭംകുറിക്കുകയും ചെയ്തു. ക്യൂബയുടെ മേലെയുള്ള അമേരിക്കൻ പിടിമുറുക്കം ഫിദലിന്റെ നേതൃത്വത്തിലുള്ള ഭരണകൂടം അറുത്തുമുറിച്ചു. ജനങ്ങൾക്ക് സുഖവും സന്തോഷവും ഈ സർക്കാർ ഉറപ്പുവരുത്തി.

അമേരിക്കക്ക് ഇതൊന്നും സഹിക്കാൻ കഴിഞ്ഞില്ല. അവർ ക്യൂബ നശി പ്പിക്കാനും ഫിദൽകാസ്ട്രോയെ വധി ക്കാനുമുള്ള അനേകം പരിശ്രമങ്ങൾ നടത്തി. ഇപ്പോഴും ആ ശ്രമങ്ങൾ തുടരുകയാണ്.

വിയത്നാം വിപ്ലവം

വിയത്നാമിൽ വളരെ നീണ്ട കാലം ഭൂപ്രഭുത്വവും നാടുവാഴിത്ത വുമായിരുന്നു. രാജഭരണം തുടരുന്ന തിനിടയിൽ 1858 ൽ ഫ്രഞ്ചുകാർ വിയത്നാമിനെ കോളനിയാക്കാനു ള്ള തന്ത്രങ്ങളാരംഭിച്ചു. 30 കൊല്ലം ചെറുത്തുനിന്നെങ്കിലും ഒടുവിൽ രാജാവ് കീഴടങ്ങി. അതോടുകൂടി വിയത്നാം ഒരു ഫ്രഞ്ച് കോളനി രാജ്യമായി മാറി. രാജ്യത്തിന്റെ എല്ലാ മേഖലകളും അവരുടെ നിയ ന്ത്രണത്തിലാക്കി.

ചെ ഗുവേര

ഫ്രഞ്ചു കോളനിവാഴ്ച വിയത്നാമിലെ ദേശാഭിമാനികളെ അലോസരപ്പെടുത്തി. അവർ സ്വാതന്ത്ര്യത്തിനുവേണ്ടിയുള്ള പ്രവർത്തനങ്ങളാരംഭിച്ചു. ഹോ ചിമിൻ എന്ന യുവാവ് സമരത്തിന് നേതൃത്വം നൽകി. യുവാക്കളും ബുദ്ധിജീവികളും സാധാരണജനങ്ങളും അദ്ദേഹത്തിന്റെ പിന്നിലണിനിരന്നു. സോവിയറ്റ് യൂണിയന്റെ മഹത്തായ അനുഭവങ്ങൾ വിപ്ലവകാരികൾക്ക് ഉശിരുപകർന്നു. വിയത്നാം കമ്യൂണിസ്റ്റ്പാർട്ടിയാണ് വിപ്ലവ പ്രവർത്തനങ്ങളെ ഏകോപിപ്പിച്ചത്. എന്നാൽ ജനീവകരാർ പ്രകാരം വിയത്നാമിനെ രണ്ടായി മുറിച്ചു. വടക്കൻ വിയത്നാം-തെക്കൻ വിയത്നാം.

വടക്കൻ വിയത്നാമിൽ ഹോ ചിമിൻ.

തെക്കൻ വിയത്നാമിൽ അമേരിക്കയുടെ ഒരു പാവ. 1956 ൽ ഒരു തിരഞ്ഞെടുപ്പുനടത്തി വിയത്നാമിനെ ഏകീകരിക്കാനായിരുന്നുവെങ്കിലും അതൊന്നും പിന്നീടുനടന്നില്ല. അമേരിക്ക എല്ലാം അട്ടിമറിച്ചു.

അമേരിക്കയുടെ ആയിരക്കണക്കായ പട്ടാളക്കാർ വിയത്നാമിൽ വന്നിറങ്ങി. തെക്കൻ വിയത്നാമിൽ കേന്ദ്രീകരിച്ച് കൊടിയ മർദനവും ചൂഷണവും അവർ വിയത്നാമിൽ നടത്തി. വിമോചന വിയത്നാമിന്റെ ഏകീകരണത്തിനും അമേരിക്കൻ മേധാവിത്വത്തിനുമെതിരെ കടുത്ത പോരാട്ടത്തിലേർപ്പെട്ടു. ആധുനികശാസ്ത്രസിദ്ധികളുപയോഗിച്ച് ഏറ്റവും ക്രൂരമായ ആക്രമാണ് വിയത്നാമിന് നേരെ അമേരിക്ക നടത്തിയത്. ചൈനയുടെ സഹായത്തോടുകൂടി വിയത്നാം അതിനെ അതിജീവിക്കുകയായിരുന്നു. തെക്കൻ വിയത്നാമിൽ അമേരിക്കയുടെ ഒരു പാവ ഗവൺമെന്റ് രൂപീകരിക്കുകയും ചെയ്തു. 1956 ൽ ഒരു തിരഞ്ഞെടുപ്പ് നടത്തി വിയത്നാമിനെ ഏകീകരിക്കാനാണ് വ്യവസ്ഥയുണ്ടായിരുന്നെങ്കിലും അതൊന്നും നടന്നില്ല. അമേരിക്കയാണ് ഇതിനെല്ലാം തടസമുണ്ടാക്കിക്കൊണ്ടിരുന്നത്.

അമേരിക്ക ആയിരക്കണക്കായ പട്ടാളക്കാരെ തെക്കൻ വിയത്നാമിൽ ഇറക്കി. വടക്കൻ വിയത്നാമിനെതിരെ വലിയ ആക്രമണങ്ങളഴിച്ചുവിട്ടു. ജനങ്ങളെ കൂട്ടത്തോടെ കൊല ചെയ്യാൻ രാസായുധങ്ങൾ പോലും അമേരിക്ക അവിടെ ഉപയോഗിച്ചു. വിപ്ലവകാരികൾ ശക്തിയായി തിരിച്ചടിച്ചു. ചൈനയും വിയത്നാമിനെ പിന്തുണച്ചു.

ഹോ ചിമിൻ

അമേരിക്കയുടെ ഹീനമായ കടന്നാക്രമണം ലോകത്തെങ്ങുമുള്ള പുരോഗമനവാദികൾ അപലപിച്ചു. ജനങ്ങളുടെ ശക്തമായ

മുന്നേറ്റത്തിൽ 1975 ഏപ്രിൽ 30ന് ദക്ഷിണവിയത്നാം വിമോചിതയായി. 1976 ജൂലൈയിൽ വിയത്നാം ഒരു സോഷ്യലിസ്റ്റ് റിപ്പബ്ലിക്കായി. ഫ്രഞ്ചുകാരും പിന്നീട് അമേരിക്കക്കാരും വിയത്നാമിന്റെ സമ്പത്തു മുഴുവൻ കവർന്നെടുത്തു. അതിനുപുറമേ ഏറെക്കാലത്തെ യുദ്ധക്കെടുതികളും. ഇതിനെയെല്ലാം നേരിട്ടുകൊണ്ടാണ് വിയത്നാം പുരോഗതിയുടെ പാതയിലൂടെ മുന്നേറിക്കൊണ്ടിരിക്കുന്നത്.

കൊറിയൻ വിപ്ലവം

പ്രാചീനമഹിമയുള്ള ഒരു രാജ്യമാണ് കൊറിയ. മധ്യകാലത്തുതന്നെ കലയിലും സംസ്കാരത്തിലും അവർ വലിയ വളർച്ച നേടി. അമേരിക്കയും പിന്നീട് ഫ്രാൻസും കൊറിയയെ കോളനിയാക്കാൻ ശ്രമിച്ചെങ്കിലും രാജാവും ജനങ്ങളും എതിർത്തതുമൂലം വിജയിച്ചില്ല.

1876 ൽ ഒരു കരാറിലൂടെ ജപ്പാന് വാണിജ്യ സൗകര്യം തുറന്നുകൊടുത്തു. ബ്രിട്ടൻ, അമേരിക്ക, ചില യൂറോപ്യൻ രാജ്യങ്ങൾ എന്നിവയും പിന്നാലെ കൊറിയയിലെത്തി. അന്നത്തെ രാജഭരണമാണ് ഇതിനെല്ലാം വഴിയൊരുക്കിക്കൊടുത്തത്.

വിദേശകടന്നുകയറ്റം പുരോഗമനവാദികളെ ഉത്കണ്ഠപ്പെടുത്തി. അവർ 1848 ൽ ഒരു കലാപം നടത്തിയെങ്കിലും അതു വിജയിച്ചില്ല. വിപ്ലവത്തെ അടിച്ചൊതുക്കാൻ വിദേശശക്തികളും രാജാവിനെ സഹായിച്ചു. കൊറിയയിലേക്ക് കടന്നുകയറാൻ ജപ്പാൻ തക്കംനോക്കി നിൽക്കുകയായിരുന്നു. 1905 ൽ അതിനുള്ള ശ്രമങ്ങൾ അവർ നേരിട്ടാരംഭിച്ചു. 1910ൽ എല്ലാ മര്യാദകളേയും പിച്ചിച്ചീന്തിയെറിഞ്ഞ് കൊറിയയെ ജപ്പാനോടു കൂട്ടിച്ചേർത്തു. കൊറിയയുടെ വിഭവങ്ങളാകെ അവർ കുത്തിച്ചോർത്തിക്കൊണ്ടുപോവുകയും ചെയ്തു. മാത്രമല്ല ആ രാജ്യത്തിലെ സംസ്കാരവും ജീവിതരീതികളും തകിടംമറിക്കാനായി പിന്നത്തെ ശ്രമം.

ജനങ്ങൾ ജപ്പാനെതിരെ അതിവേഗം ഉണർന്നെണീറ്റു. വിമോചനത്തിനുള്ള സമരങ്ങൾക്കു വീറുവർധിച്ചു. റഷ്യയിലെ വിപ്ലവവിജയം അവർക്ക് കരുത്തുപകർന്നു. കൊറിയൻ പോരാളികൾ ഒളിപ്പോരിന്റെ മാർഗം സ്വീകരിച്ചു.

രണ്ടാംലോകമഹായുദ്ധത്തിൽ ജപ്പാൻ പരാജയപ്പെട്ടപ്പോൾ അവരുടെ കോളനിയായ കൊറിയ, അമേരിക്കയുടെ അധീനത്തിലായി.

കൊറിയയിൽ ശക്തിപ്രാപിച്ച സ്വാതന്ത്ര്യസമരത്തെ സോവിയറ്റ് യൂണിയൻ സഹായിച്ചു. ആ സാഹചര്യത്തിലാണ് 1945 ൽ ഒരു സംഭാഷണത്തിന് അമേരിക്ക വഴങ്ങിയത്. ബ്രിട്ടൻ, അമേരിക്ക, സോവിയറ്റ് യൂണിയൻ എന്നീ രാജ്യങ്ങൾ പങ്കെടുത്തുകൊണ്ട് ചർച്ചനടത്തി. തിരഞ്ഞെടുപ്പു നടത്തി അധികാരം തിരിച്ചേൽപ്പിക്കാൻ ധാരണയായി. ഒപ്പം കൊറിയയിൽനിന്ന് അമേരിക്കൻ പട്ടാളത്തെ പിൻവലിക്കാനും.

തുടക്കം മുതൽ ഇതിനെ അട്ടിമറിക്കാനാണ് അമേരിക്ക പരിശ്രമിച്ചത്. ഭിന്നിപ്പിച്ചു ഭരിക്കുക എന്ന തന്ത്രവും അമേരിക്ക പ്രയോഗിച്ചു. കൊറിയയെ

തെക്കും വടക്കും എന്നു രണ്ടായി വിഭജിച്ചു. അവർ തെക്കൻകൊറിയയിൽ അമേരിക്കയുടെ ഒരു ശിങ്കിടിയെ ഭരണമേൽപ്പിക്കുകയും ചെയ്തു.

അമേരിക്കയെ പുറത്താക്കണം, കൊറിയയയെ ഏകീകരിക്കണം ഇതിനായി കമ്മ്യൂണിസ്റ്റുപാർട്ടിയുടെ നേതൃത്വത്തിൽ ഉശിരൻ സമരങ്ങൾ നടത്തി. ഒടുവിൽ 1948 ജൂണിൽ കൊറിയയിൽ തിരഞ്ഞെടുപ്പു നടത്തി. തെക്കും വടക്കുമുള്ള പ്രതിനിധികൾ സമ്മേളിച്ചു. പ്രധാനമന്ത്രിയെ ഏകകണ്ഠമായി തിരഞ്ഞെടുത്തു. അസംബ്ലി സമ്മേളിച്ച് കൊറിയയുടെ ഏകീകരണം പ്രഖ്യാപിച്ചു. സോവിയറ്റ്, അമേരിക്കൻ പട്ടാളക്കാരെ പിൻവലിക്കാനും സമ്മേളനം ആവശ്യപ്പെട്ടു. അതനുസരിച്ച് സോവിയറ്റ് പട്ടാളത്തെ അവർ പിൻവലിച്ചു. അമേരിക്ക പട്ടാളത്തെ പിൻവലിച്ചില്ല. തെക്കൻ കൊറിയയിൽ കേന്ദ്രീകരിച്ച് ആക്രമണം ശക്തിപ്പെടുത്തി. വടക്കൻകൊറിയയെ കീഴടക്കാനായി അന്തിമയുദ്ധം നടത്തിനോക്കി. അമേരിക്കൻ പട്ടാളക്കാരെ വീണ്ടും കൊറിയയിൽ ഇറക്കി. കിരാതമായ പട്ടാള ആക്രമണങ്ങളിൽ ലക്ഷക്കണക്കിനാളുകൾ മരണമടഞ്ഞു. അനേക ലക്ഷങ്ങളെ പിടിച്ചു തടവിലിട്ടു പീഡിപ്പിച്ചു. കിരാതനടപടികളുടെ ഒരു ഘോഷയാത്രതന്നെ അമേരിക്ക അവിടെ നടത്തി. അമേരിക്കൻ അക്രമണത്തിനും അധിനിവേശത്തിനുമെതിരെ കൊറിയൻജനത ഒന്നിച്ചാവശ്യപ്പെട്ടിട്ടും ഏകീകരണമെന്ന ലക്ഷ്യം നിറവേറ്റിയില്ല. അമേരിക്കയാണ് അതിനു വിഘാതം സൃഷ്ടിച്ചത്. അമേരിക്ക ഇപ്പോഴും വടക്കൻ കൊറിയയെ തകർക്കാനുള്ള പരിശ്രമത്തിലാണ്.

12

രണ്ടാംലോകമഹായുദ്ധത്തിനുശേഷം

രണ്ടാംലോകമഹായുദ്ധം ലോകത്തിൽ വലിയ മാറ്റങ്ങൾക്കു വഴിയൊരുക്കിയ കാര്യം നേരത്തേ പറഞ്ഞുവല്ലോ? തിരിച്ചടി നേരിട്ട യൂറോപ്യൻ രാജ്യങ്ങൾ ദുർബലമായി. ബ്രിട്ടനെയും ഫ്രാൻസിനെയും പിന്തള്ളിക്കൊണ്ട് അമേരിക്ക മുന്നോട്ടുവന്നു. ലോകം ശക്തമായ രണ്ടു ചേരികളായി. അമേരിക്കയും അതിന്റെ സുഹൃത്ത് രാജ്യങ്ങളും ഒരുഭാഗത്ത്, മറുഭാഗത്ത് സോവിയറ്റ് യൂണിയനും അതിന്റെ സഖ്യശക്തികളും. യുദ്ധത്തിന്റെ അവസാനം കിഴക്കൻ യൂറോപ്പിലെ കുറേ രാജ്യങ്ങൾ സോവിയറ്റ് യൂണിയന്റെ അധീനത്തിലായി. അവയെല്ലാം സോഷ്യലിസ്റ്റ് പാതയിലേക്കാണ് നീങ്ങിയത്. ചൈനയും അതിനൊപ്പം ചേർന്നു. അതിനാൽ സോഷ്യലിസ്റ്റ് ബ്ലോക്ക് ശക്തമായിത്തീർന്നു. ഇത് ലോകത്തിലാകെ സോഷ്യലിസത്തിനും സ്വാതന്ത്ര്യത്തിനും ജനങ്ങളെ പ്രേരിപ്പിച്ചു. ഏഷ്യയിലും ആഫ്രിക്കയിലും വിമോചനപ്രസ്ഥാനങ്ങൾ ഉത്സാഹഭരിതമായി. ജനങ്ങളുടെ ആഗ്രഹത്തിനുമുന്നിൽ പിടിച്ചുനിൽക്കാനാകാതെ കോളനികൾ വിട്ടൊഴിഞ്ഞു. നമ്മുടെ മാതൃഭൂമിയും അക്കൂട്ടത്തിലാണ് ബ്രിട്ടീഷുകാരിൽനിന്നും സ്വതന്ത്രമായത്. ബർമ, സിലോൺ, പാകിസ്ഥാൻ, ഇന്തോനേഷ്യ തുടങ്ങിയ രാജ്യങ്ങളും സ്വാതന്ത്ര്യത്തിന്റെ ശുദ്ധവായു ശ്വസിക്കാനിടയായി.

മാറ്റത്തിന്റെ കാറ്റ് ആഫ്രിക്കയിലും വീശിയടിച്ചു. 1950 കൾക്കുശേഷം 31 നാട്ടുരാജ്യങ്ങളാണ് ബ്രിട്ടൻ, ഫ്രാൻസ് എന്നീ രാജ്യങ്ങളുടെ പിടിയിൽനിന്നും രക്ഷപ്പെട്ടത്. അടിച്ചമർത്തപ്പെട്ട ആഫ്രിക്ക വിദ്യാഭ്യാസത്തിലും സാമ്പത്തികസ്ഥിതിയിലും വളരെ പുറകിലായിരുന്നു. അവരുടെ ജീവിതസ്ഥിതിയും പരിതാപകരമായിരുന്നു. ലോകത്തിൽവന്ന മാറ്റങ്ങൾ അവരെ സ്വാധീനിച്ചു. പ്രത്യേകിച്ചും സോഷ്യലിസ്റ്റ് ശക്തിയുടെ മുന്നേറ്റം

ആഫ്രിക്കൻ രാജ്യങ്ങളിലും സ്വാതന്ത്ര്യസമരങ്ങളാരംഭിച്ചു. പാശ്ചാത്യ രാജ്യങ്ങളിൽനിന്നും വിദ്യാഭ്യാസം നേടി തിരിച്ചെത്തിയവരാണ് അതിനെ ആളിക്കത്തിച്ചത്. യുദ്ധരംഗങ്ങളിൽനിന്നും മടങ്ങിയെത്തിയ സേനാനികളും സമരത്തിന് ശക്തിപകർന്നു. ഘാന, നൈജീരിയ, കോംഗോ തുടങ്ങിയവയാണ് 31 രാഷ്ട്രങ്ങൾ.

ഈ സ്വതന്ത്രരാജ്യങ്ങളെ ശിഥിലീകരിക്കാനും പിടിച്ചെടുക്കാനുമുള്ള കുടിലതന്ത്രങ്ങൾ തുടക്കംമുതലേ അമേരിക്ക നടത്തിക്കൊണ്ടിരിക്കുകയാണ്. ആ രാജ്യങ്ങളിലെ വലിയ സമ്പത്താണ് അവരെ അതിന് പ്രേരിപ്പിക്കുന്നത്.

1950 കൾക്കുശേഷം മൂന്നാമതൊരു ചേരിയും ലോകത്ത് രൂപം കൊണ്ടു. മുകളിൽ പറഞ്ഞ അമേരിക്കൻ-സോഷ്യലിസ്റ്റ് ചേരിയിൽ നേരിട്ട് ചേരാത്തവർ. അവരെ ചേരിചേരാ പ്രസ്ഥാനം എന്ന പേരിട്ടു. എന്നാൽ ലോകരംഗത്തുണ്ടായ പല പ്രശ്നങ്ങളിലും അമേരിക്കയെ ഇവർക്ക് എതിർക്കേണ്ടിവന്നു. അവരുടെ നീതിരഹിതമായ പ്രവർത്തനങ്ങളാണ് അതിന് കാരണം. സോവിയറ്റ് യൂണിയനാണ് ദുർബലരാജ്യങ്ങളെ സഹായിക്കാൻ മുന്നോട്ടുവന്നത്. അതുകൊണ്ട് മൂന്നാം ചേരിരാജ്യങ്ങൾ ആ നിലപാടുകളെയാണ് പിൻതുണച്ചത്. ചേരിചേരാപ്രസ്ഥാനം വളർത്തിയെടുക്കുന്നതിൽ ഇന്ത്യയുടെ പ്രഥമ പ്രധാനമന്ത്രി ജവഹർലാൽനെഹ്റു വലിയ പങ്കു വഹിച്ചു. ആ ഘട്ടത്തിൽ ചേർന്ന ആഫ്രോ-ഏഷ്യൻ സമ്മേളനങ്ങൾ പ്രാധാന്യമർഹിക്കുന്നവയാണ്. മറ്റു രാജ്യങ്ങളുടെ ആഭ്യന്തര കാര്യങ്ങളിൽ ഇടപെടാൻ പാടില്ല എന്ന സന്ദേശം അക്കാലത്ത് വളർത്തിക്കൊണ്ടുവന്നു. മെച്ചപ്പെട്ട ഇന്ത്യാ-ചൈനാ സൗഹൃദവും ലോകത്തിന്റെ പുരോഗതിക്ക് സഹായകമായി. എന്നാൽ, പിന്നീട് ഇന്ത്യയും ചൈനയും തമ്മിലുള്ള ബന്ധം വഷളായി. അത് രണ്ടുരാജ്യങ്ങളും തമ്മിൽ യുദ്ധത്തിലേക്ക് നയിക്കുകയും ചെയ്തു. ഇരുരാജ്യങ്ങൾ തമ്മിലുള്ള ചർച്ചയിലൂടെ പരിഹാരം കാണുന്നതിനുള്ള ശ്രമങ്ങൾ ഇപ്പോഴും തുടരുന്നുണ്ട്.

സമാധാനമാഗ്രഹിക്കാത്തവർ സംഘർഷങ്ങളാണ് ആഗ്രഹിക്കുന്നത്. ആയുധ കച്ചവടക്കാരായ വൻശക്തികൾക്ക് എപ്പോഴും കലഹങ്ങളും യുദ്ധങ്ങളുമാണല്ലോ വേണ്ടത്. ആധുനിക ശാസ്ത്രസാങ്കേതികവളർച്ച വ്യവസായത്തേയും വളർത്തി. വ്യവസായപുരോഗതി ചരക്കുൽപ്പാദനത്തെ കണക്കില്ലാതെ വർധിപ്പിച്ചു. ചരക്കുകൾ വിറ്റഴിക്കാൻ പുതിയ കമ്പോളം അനിവാര്യമായി. ചരക്കു മാത്രമല്ല മൂലധനനിക്ഷേപത്തിനും സാമ്രാജ്യത്വരാജ്യങ്ങൾക്ക് ഇടംവേണം. പുതിയ രൂപത്തിലുള്ള ചൂഷണവ്യവസ്ഥ പിറന്നുവീണു. കടംകൊടുത്തും പുതിയ കമ്പോളവ്യവസ്ഥയിലൂടെയും ചൂഷണത്തിന്റെ വഴികൾ തുറന്നു.

സോവിയറ്റ് യൂണിയനിലെ മാറ്റങ്ങൾ അമേരിക്കയ്ക്ക് ഏറ്റവും അനുകൂലമായി. അവരെ വെല്ലുവിളിച്ചുനിന്ന റഷ്യ അമേരിക്കയുമായി അടുത്തു. ലോകത്തിലെ പുരോഗമനവാദികൾക്കെല്ലാം ഇത് നിരാശയാണുണ്ടാക്കിയത്.

ഹ്യൂഗോ ഷാവേസ്

സോവിയറ്റ്‌യൂണിയൻ ശിഥിലമായി. അവിടത്തെ സോഷ്യലിസ്റ്റ് വ്യവസ്ഥയും തകർന്നു. ജനങ്ങൾ വീണ്ടും ദുരിതത്തിലേക്ക് എടുത്തെറിയപ്പെട്ടു.

1985 മാർച്ച് 11 ഗോർബച്ചേവ് സോവിയറ്റ് യൂണിയന്റെ പ്രസിഡന്റായി. രാജ്യത്തെ നവീകരിക്കുന്നതിനായി പുതിയ പരിഷ്കാരങ്ങൾ അദ്ദേഹം നടപ്പിലാക്കി. സോഷ്യലിസ്റ്റ് മാനദണ്ഡങ്ങ ൾക്ക് വിപരീതമായിരുന്നു ഗോർബച്ചേവിന്റെ ഈ പരിഷ്കാരങ്ങൾ. അതിനെ നേർവഴിക്കു നയിക്കാൻ അവിടത്തെ കമ്യൂണിസ്റ്റ് പാർട്ടിക്കും കഴിഞ്ഞില്ല. അതുമൂലം റഷ്യയിലെ സാമൂഹ്യസ്ഥിതി തകിടം മറിഞ്ഞു. സോവിയറ്റ്‌യൂണിയൻ ഛിന്നഭിന്നമായി. സോവിയറ്റ് യൂണിയനെ തകർക്കാൻ ആദ്യം മുതലേ അമേരിക്ക നടത്തിക്കൊണ്ടിരുന്ന പരിശ്രമങ്ങൾ അങ്ങനെ വിജയം നേടി.

ലോകത്ത് സമാധാനവും പുരോഗതിയും കാംക്ഷിക്കുന്നവരെയെല്ലാം ഈ തകർച്ച നിരാശഭരിതരാക്കി. കിഴക്കൻ യൂറോപ്പിലെ സോഷ്യലിസ്റ്റ് രാഷ്ട്രങ്ങളും മുതലാളിത്തപാതയിലേക്കുനീങ്ങി.

ചൈന, ക്യൂബ, വിയത്നാം, കൊറിയ എന്നീ രാജ്യങ്ങൾ ഇപ്പോഴും സോഷ്യലിസത്തിന്റെ വഴിയിലൂടെ മുന്നേറുന്നു. ഏഷ്യയിലും ആഫ്രിക്കയിലുള്ള ചില രാജ്യങ്ങൾ ഈ പാതയിലേക്ക് നീങ്ങിക്കൊണ്ടിരിക്കുന്നു. വെനിസുല, അംഗോള, ബ്രസീൽ, നിക്കരാഗ്വേ തുടങ്ങിയ രാജ്യങ്ങൾ ഈ കൂട്ടത്തിൽപ്പെടുന്നു.

വെനിസ്വലയുടെ പ്രസിഡണ്ടാണ് ഹ്യൂഗോ ഷാവേസ്. അദ്ദേഹത്തിന്റെ പ്രവർത്തനങ്ങളും പ്രസംഗങ്ങളും സവിശേഷമാണ്. സോഷ്യലിസ്റ്റ് രാഷ്ട്രങ്ങളുമായി ചേർന്നുകൊണ്ടാണ് അദ്ദേഹത്തിന്റെ പ്രയാണം. ലാറ്റിനമേരിക്കയിൽ ഒരു പുതിയ മുന്നേറ്റത്തിന് ഷാവേസ് നേതൃത്വം നൽകിക്കൊണ്ടിരിക്കുന്നു.

ലാറ്റിൻ അമേരിക്കയിലെ വിമോചനമുന്നേറ്റം

ലാറ്റിൻ അമേരിക്ക നാം പലപ്പോഴും കേൾക്കാറുള്ള ഒരു പേരാണത്. എവിടെയാണ് ഈ രാജ്യം? പലരും അതന്വേഷിക്കാറില്ല. ദക്ഷിണഅമേരിക്ക, മധ്യഅമേരിക്ക, വെസ്റ്റ്ഇൻഡീസ് എന്നീ ഭൂവിഭാഗങ്ങളെയാണ്

ലാറ്റിൻ അമേരിക്ക എന്നുപറഞ്ഞുവരുന്നത്. ഈ പ്രദേശങ്ങളിലെ ജനങ്ങളിൽ ഭൂരിഭാഗവും കുടിയേറ്റക്കാരാണ്. സ്പെയിൻ, പോർട്ടുഗൽ, ഫ്രാൻസ് എന്നീ രാജ്യങ്ങളിൽനിന്നാണ് അധികമാളുകളും അവിടെയെത്തിയത്. ലാറ്റിൻ അമേരിക്കയുടെ വലിയ പ്രദേശവും സ്പെയിൻകാരാണ് കൈയടക്കിവെച്ചിരുന്നത്. അവർ ജനങ്ങളെ കഷ്ടപ്പെടുത്തുകയും സ്വർണം, വെള്ളി തുടങ്ങിയ സമ്പത്തുമുഴുവൻ സ്വന്തം രാജ്യത്തേക്ക് കടത്തിക്കൊണ്ടുപോവുകയും ചെയ്തു. സ്പെയിൻകാരുടെ- ചരക്കുകൾ വിറ്റഴിക്കാനുള്ള ഒരു കമ്പോളമായും അതിനെ ഉപയോഗപ്പെടുത്തി. തദ്ദേശീയരുടെ അവകാശങ്ങൾ ഓരോന്നായി നിഷേധിക്കുകയും അവർക്ക് കനത്ത നികുതി ഏർപ്പെടുത്തുകയും ചെയ്തു. ഈ കാരണങ്ങൾ ജനങ്ങളിൽ വിദേശവിരുദ്ധമനോഭാവം ശക്തിപ്പെടുത്തുകയും സ്വാതന്ത്ര്യസമ്പാദനപരിശ്രമങ്ങളാരംഭിക്കുകയും ചെയ്തു. 19ാം നൂറ്റാണ്ടിൽ ലാറ്റിൻ അമേരിക്കയിലെ മിക്ക രാജ്യങ്ങളും വിമോചിതമായി.

മിറാൻഡ, സൈമൺ ബൊളീവർ, സാൻമാർട്ടിൻ എന്നിവർ പല കാലങ്ങളിലായി സ്വാതന്ത്ര്യസമരം നയിച്ചവരിൽ പ്രധാനികളാണ്.

ലാറ്റിൻ അമേരിക്കയിലെ വിപ്ലവകാരികളിൽ പ്രമുഖനായിരുന്നു ഫ്രാൻ സിസ് കോ മിറാൻഡ. അദ്ദേഹം അമേരിക്കയിലും ഫ്രാൻസിലും നടന്ന വിപ്ലവങ്ങളിൽ പങ്കെടുത്ത വ്യക്തിയായിരുന്നു. വെനിസുലയുടെ സ്വാതന്ത്ര്യത്തിനുവേണ്ടിയാണ് മിറാൻഡ ആദ്യം സൈന്യത്തെ നയിച്ചത്. അന്ന് ആ രാജ്യം സ്പെയിനിന്റെ കോളനിയായിരുന്നു. ധീരോദാത്തമായ പോരാട്ടത്തിൽ 1810 ൽ മിറാൻഡയുടെ സൈന്യം വിജയം നേടുകയും 1811 ൽ സ്വാതന്ത്ര്യം പ്രഖ്യാപിച്ച് ഭരണം സ്ഥാപിക്കുകയും ചെയ്തു.

സൈമൺ ബൊളീവർ

വെനിസുലയിലെ ഭരണം ഏറെക്കാലം നിലനിർത്താനായില്ല മിറാൻഡയുടെ പ്രസ്ഥാനത്തിൽപ്പെട്ടവർ തന്നെ കിടമത്സരങ്ങളും കലഹങ്ങളുമാരംഭിച്ചു. കൂട്ടത്തിൽപ്പെട്ടവർതന്നെ മിറാൻഡയെ ചതിച്ചു. സ്പെയിൻകാർ അദ്ദേഹത്തെ പിടികൂടി ജയിലിലടച്ചു. തടവിൽ കിടക്കവെ 1816 ൽ ആ രാജ്യസ്നേഹിയുടെ ജീവൻ പൊലിഞ്ഞു. സ്വന്തം നാടിന്റെ സ്വാതന്ത്ര്യത്തിനുവേണ്ടി പോരടിച്ചു മരിച്ച ആ മഹാനെ ഇന്നും വെനിസുലയിലെ ജനങ്ങൾ ആദരവോടെ അനുസ്മരിക്കുന്നു.

മിറാൻഡയുടെ മരണം രാജ്യസ്നേഹികളിൽ പ്രതിഷേധം വളർത്തി.

ഫ്രാൻസിസ്കോ

അവർ സൈമൺ ബൊളീവറുടെ നേതൃത്വത്തിൽ വിമോചനപ്രവർത്തനങ്ങളാരംഭിച്ചു. അദ്ദേഹം പോരാട്ടങ്ങൾക്ക് നേതൃത്വം കൊടുക്കുകയും അവസാനം വിജയം വരിക്കുകയും ചെയ്തു. എങ്കിലും ബൊളിധറും പിന്നീട് രാജ്യത്തുനിന്നും പുറത്താക്കപ്പെടുകയാണുണ്ടായത്.

പിന്നീട് സ്വാതന്ത്ര്യത്തിന്റെ ദീപശിഖ ഉയർത്തിപ്പിടിച്ചത് കൊളംബിയർ എന്ന മഹാനാണ്. അദ്ദേഹം എല്ലാ ശക്തികളേയും സമാഹരിച്ചുകൊണ്ടുനടത്തിയ മുന്നേറ്റത്തിൽ സ്പെയിൻകാർ ദയനീയമായി പരാജയപ്പെട്ടു. കൊളംബിയ, വെനിസുല എന്നീ രാജ്യങ്ങളുടെ പ്രസിഡന്റായി കൊളംബിയർ അവരോധിക്കപ്പെടുകയും ചെയ്തു.

തെക്കേ അമേരിക്കയുടെ ദക്ഷിണഭാഗത്തുനിന്നും സ്പെയിൻകാരെ തുരത്താൻ നേതൃത്വം കൊടുത്തവരിൽ പ്രധാനിയാണ് സാൻമാർട്ടിൻ. അദ്ദേഹം അർജന്റീനയിലാണ് ജനിച്ചത്. കുറേക്കാലം സ്പാനീഷ് സൈന്യത്തിൽ സേവനമനുഷ്ടിച്ചു. പിന്നീട് വിപ്ലവകാരികളുമായിചേരുകയും വേഗം തന്നെ സ്വാതന്ത്ര്യസമരത്തിന്റെ നായകസ്ഥാനത്തെത്തുകയും ചെയ്തു. 1850 ൽ അദ്ദേഹം മരിച്ചു.

സ്വാതന്ത്ര്യവാഞ്ഛ ലാറ്റിൻ അമേരിക്കയിലാകെ പടർന്നുപിടിച്ചു. 1821 നു മുൻപായി മധ്യഅമേരിക്ക, മെക്സിക്കോ എന്നിവിടങ്ങളിൽനിന്നും വിദേശാധിപത്യം ആട്ടിപ്പായിച്ചു. 1822 ൽ ബ്രസീലും സ്വാതന്ത്ര്യം നേടി. 1825 ആയപ്പോഴേക്കും പടിഞ്ഞാറൻ അർധഗോളത്തിലെ സ്പാനീഷ്-പോർട്ടുഗീസ് കോളനികളെല്ലാം വിമോചിതമായിക്കഴിഞ്ഞിരുന്നു. അപ്പോഴും കൊച്ചുക്യൂബ അടിമത്തത്തിൻ കീഴിൽ തന്നെ തുടർന്നു.

കച്ചവടത്തിന് കടൽകടന്നെത്തിയ വെള്ളക്കാരാണ് ദുർബലരാജ്യങ്ങളുടെ മേൽ ആധിപത്യമുറപ്പിച്ചത്. അതിനുവേണ്ടി ചതിയും കുതന്ത്രങ്ങളും മടിയില്ലാതെ അവർ പ്രയോഗിക്കുകയും ചെയ്തു. സൈന്യങ്ങളെ ഉപയോഗിച്ച് തദ്ദേശീയരെ അടിമകളാക്കി സമ്പത്തു മുഴുവൻ കവർന്നെടുത്ത് അവരുടെ രാജ്യങ്ങളിലേക്ക് കൊണ്ടുപോയി. അതുമൂലം ആ രാജ്യങ്ങൾ സമ്പന്നമായി, അതിലൂടെ ശക്തിയും നേടി.

കോളനികൾ നഷ്ടപ്പെട്ടവർ അടങ്ങിയിരുന്നില്ല. പുതിയ രൂപത്തിൽ വ്യാപാരക്കരാറുകളുമായി ലോകം മുഴുവൻ അവർ പാഞ്ഞുനടക്കുകയാണ്. പുതിയ വ്യാപാരക്കരാറുകളിലൂടെ ദുർബലരാജ്യങ്ങളെ വശത്താക്കാനുള്ള തന്ത്രങ്ങളാണ് വൻശക്തികൾ ഇപ്പോൾ പയറ്റുന്നത്. ലോകം

വീണ്ടും പുതിയ അടിമത്തത്തിനുവേദിയാകുമോ എന്നതാണ് ഇന്നത്തെ ഉത്കണ്ഠ.

ഇന്നത്തെ ലോകം

ലോകം ഇന്നൊരു ആഗോളഗ്രാമമാണ്. വിപണി കേന്ദ്രമാക്കിയുള്ള വ്യവസ്ഥയാണിത്. അതിനെ ആഗോളവൽക്കരണം എന്നുവിളിക്കാം. ബലവാനും അന്ധനും മുടന്തനും ഒന്നിച്ച് ഓടണമെന്ന സിദ്ധാന്തം. ഓടിയാൽ ആര് ജയിക്കും. എപ്പോഴും ജയിക്കുന്നത് ബലവാനായിരിക്കുമെന്ന് പ്രത്യേകം പറയേണ്ടതില്ലല്ലോ.

ആഗോളവൽക്കരണം അധിനിവേശത്തിന്റെ പുതിയ രൂപമാണ്. ഉദാരവൽക്കരണവും സ്വകാര്യവൽക്കരണവും അതിന്റെ വകഭേദങ്ങളാണ്. ഇറക്കുമതി നിയന്ത്രണങ്ങൾ എടുത്തുകളയണം. അതാണ് ഉദാരവൽക്കരണം. സാമ്രാജ്യത്വരാജ്യങ്ങളുടെ ചരക്കുകൾ മറ്റു രാജ്യങ്ങളിൽ തടസമില്ലാതെ ഇറക്കണം. ചരക്ക് എന്നാൽ എല്ലാം ഉൾപ്പെടും. വസ്തുക്കൾ മാത്രമല്ല പണവും യന്ത്രങ്ങളും സാംസ്കാരികവിനിമയ സാമഗ്രികളും എല്ലാം...

സ്വകാര്യവൽക്കരണത്തിന് പ്രാധാന്യം നൽകുന്നതാണ് ഈ സമ്പ്രദായം. വ്യവസായവും വിദ്യാഭ്യാസവും ആരോഗ്യരക്ഷയുമെല്ലാം വ്യക്തികൾക്ക് ഏൽപ്പിച്ചുകൊടുക്കുക. സർക്കാർ സ്ഥാപനമായി ഒന്നും നടത്തേണ്ടതില്ല. ഇപ്പോൾ ഗവൺമെന്റിന്റെ നിയന്ത്രണത്തിലുള്ളതും ക്രമേണ വ്യക്തികൾക്കു കൈമാറുക.

ഇപ്പോൾ പാവപ്പെട്ടവർക്ക് നൽകുന്ന സേവനങ്ങൾ വേണ്ടതില്ല എന്ന കാഴ്ചപ്പാടാണിത്. സ്വതന്ത്രവിപണിയും മൂലധനനിക്ഷേപവുമാണ് ഇതിന്റെ ലക്ഷ്യം. മൂലധനം കണക്കില്ലാതെ പെരുക്കിക്കൂട്ടാനുള്ള ഒരു പുതിയ മാർഗം.

രണ്ടാംലോകമഹായുദ്ധത്തിനുശേഷമുള്ള അവസ്ഥ നാം നേരത്തെ കണ്ടു. യുദ്ധം മൂലം യൂറോപ്യൻ രാജ്യങ്ങൾ തകർന്നു; ആ തക്കംനോക്കി അമേരിക്ക മുൻപന്തിയിലേക്ക് കടന്നുവന്നു. കോളനികൾ നഷ്ടപ്പെട്ടവർക്ക് ക്ഷീണം സംഭവിച്ചു. അപ്പോൾ ചൂഷണത്തിന്റെ പുതിയ വഴികൾ തേടി. എന്നാൽ പെട്ടെന്നു വിജയിച്ചില്ല. സോവിയറ്റ് ബ്ലോക്കിന്റെ തടസ്സം എല്ലാമിടത്തുമുണ്ടായി. ദുർബലരാജ്യങ്ങളെ താൽപ്പര്യപൂർവം അവർ സഹായിച്ചിരുന്നു. ഇന്ന് സ്ഥിതിയാകെ മാറിമറിഞ്ഞു.

രണ്ടാംലോകമഹായുദ്ധത്തിന്റെ അന്ത്യത്തിൽ ലോകബാങ്ക്, അന്താരാഷ്ട്രനാണയനിധി എന്നീ സ്ഥാപനങ്ങൾ രൂപീകരിച്ചു. വികസന പ്രോജക്ടുകൾക്ക് കടം നൽകി സഹായിക്കലാണ് ലോകബാങ്കിന്റെ ലക്ഷ്യം. യുദ്ധത്തിൽ തകർന്നുപോയ രാജ്യങ്ങൾ പുനർനിർമിക്കണം. അതിന് സാമ്പത്തികസഹായം മാത്രം പോര, സാങ്കേതിക ഉപദേശവും വേണം അതിനായിരുന്നു അന്താരാഷ്ട്രനാണയനിധിയുടെ രൂപീകരണം. രാജ്യങ്ങളെ സഹാ

യിച്ചുകൊണ്ട് ഈ സ്ഥാപനങ്ങൾ മുന്നോട്ടുനീങ്ങി. സാധാരണപ്രവർത്തനങ്ങൾക്കപ്പുറം വലിയ സ്വീകാര്യതയൊന്നും ഇതിനു ലഭിച്ചില്ല.

കോളനികൾ നഷ്ടപ്പെട്ടവർ അടങ്ങിയിരുന്നില്ല. പുതിയ രീതിയിൽ മറ്റു രാജ്യങ്ങളെ ചൂഷണം ചെയ്യാനുള്ള മാർഗങ്ങൾ അവർ ആരാഞ്ഞു കൊണ്ടിരുന്നു. രണ്ടാംലോക മഹായുദ്ധാനന്തരം ശക്തിപ്പെട്ടു മുന്നിലേക്ക് വന്നതാണ് അമേരിക്കക്കാർ എന്നുപറഞ്ഞുവല്ലോ. ലോകം മുഴുവൻ തങ്ങളുടെ നിയന്ത്രണത്തിൽ കൊണ്ടുവരണമെന്നായി അവരുടെ മോഹം. എന്നാൽ, 1980കൾ വരെ ഈ ആഗ്രഹം നിറവേറ്റാനായില്ല. ലോകം ശക്തിയുള്ള രണ്ടു ചേരികളായി നിലനിന്നതാണ് അതിനു കാരണം.

സോവിയറ്റ് യൂണിയന്റെ പതനവും കിഴക്കൻയൂറോപ്പിലെ സോഷ്യലിസ്റ്റ് രാജ്യങ്ങളുടെ തകർച്ചയും ലോകത്ത് ഒരു പുതിയ പരിത:സ്ഥിതി സംജാതമാക്കി. ഇത് സ്വതന്ത്രവിപണിവ്യാപാരത്തിന്റെ വഴി സുഗമമാക്കി. ഒപ്പം വൻശക്തിരാജ്യങ്ങളുടെ താൽപ്പര്യത്തിനനുസരിച്ച് പുതിയ വ്യാപാര-താരീഫ് വ്യവസ്ഥകളും സജീവമായി. ഗാട്ട് എന്നാണ് അതിന്റെ പേര്. ഇത് 1947 ലാണ് രൂപീകരിച്ചതെങ്കിലും 1990 കളുടെ തുടക്കത്തിലാണ് കരുത്തുനേടി രംഗത്തെത്തിയത്. വ്യാപാരത്തിന്റെയും മൂലധന നിക്ഷേപത്തിന്റെയും പുതിയ മേഖലകളിൽ അതു സ്വാധീനമുറപ്പിച്ചു.

ഈ ഘട്ടത്തിൽത്തന്നെയാണ് ലോകബാങ്ക്, അന്തർദേശീയ നാണയനിധി എന്നിവയും സജീവമായത്. ലോകത്തിലെ ഏറ്റവും വലിയ ശക്തിയായ അമേരിക്കയാണ് ഈ മൂന്നിനേയും നിയന്ത്രിക്കുന്നത്. കോളനികൾ നഷ്ടപ്പെട്ടവർക്ക് മറ്റു രാജ്യങ്ങളെ കൊള്ളയടിക്കാനുള്ള ഒരു പുതിയ മാർഗം തുറന്നുകിട്ടി. അതാണ് ഇന്നത്തെ ആഗോളവൽക്കരണം. ഇന്ന് ഏറ്റവും കൂടുതൽ കേൾക്കുന്ന ഒരു പേരും ഇതുതന്നെ.

ആഗോളവൽക്കരണം രാജ്യങ്ങൾ തമ്മിൽ അകൽച്ച വർധിപ്പിക്കുന്നു. ചില രാജ്യങ്ങൾ സമ്പത്ത് കണക്കില്ലാതെ വാരിക്കൂട്ടുമ്പോൾ പിന്നോക്കം നിൽക്കുന്ന രാജ്യങ്ങൾ ക്ഷീണിച്ചുകൊണ്ടിരിക്കുന്നു. അത്തരം രാജ്യങ്ങളിലെ ജനങ്ങളുടെ ജീവിതം ഇപ്പോൾ തകർച്ചയിലാണ്.

പുതിയ കരാറുകളിലൂടെ ജനങ്ങളുടെ മേൽ ആധിപത്യശ്രമം നടത്തുന്നവർ രാജ്യത്തെയും ജനങ്ങളെയും ഭിന്നിപ്പിക്കുന്നു. അതിനായി മതതീവ്രവാദം വളർത്തുന്നു. തീവ്രവാദികൾ ഭരണത്തിലെത്തിയാൽ അവരെ സഹായിക്കുന്നു. ലോകം മുഴുവൻ കലാപങ്ങളും ലഹളകളും വളരുകയാണ്.

ഇന്ത്യയും ആഗോളവൽക്കരണനയങ്ങൾ നടപ്പിലാക്കിക്കൊണ്ടിരിക്കുന്ന രാജ്യമാണ്. ജനങ്ങളുടെ ദുരിതം വർധിപ്പിക്കുന്നതാണ് ഈ നയമെന്നു തെളിഞ്ഞുകൊണ്ടിരിക്കുകയാണ്.

ഇന്ത്യയുടെ ചുറ്റുമുള്ള രാജ്യങ്ങൾ അസ്വസ്ഥമാണ്. അഫ്ഘാനിസ്ഥാനിൽ കുറേ വർഷക്കാലമായി അക്രമം തുടരുന്നു. പാകിസ്ഥാനും ബംഗ്ലാദേശും ശ്രീലങ്കയും കലാപകലുഷിതമാണ്.

അമേരിക്ക സ്വതന്ത്രരാജ്യങ്ങളുടെമേൽ കയ്യേറ്റം നടത്താൻ ഒരു മടിയും കാണിക്കുന്നില്ല. ഇറാഖിൽ സദ്ദാംഹുസൈന്റെ ഭരണത്തെ അട്ടിമറിച്ചു. വിചാരണ പ്രഹസനം നടത്തി 2006 ഡിസംബർ 30ന് അദ്ദേഹത്തെ വധിച്ചു. ഇതിനകം ലോകനേതാക്കളിൽ പലരെയും കൊന്നു. ഇറാൻ, കൊറിയ, ക്യൂബ തുടങ്ങിയ രാജ്യങ്ങൾക്കുനേരെ കടുത്ത ഭീഷണിയുയർത്തുന്നു. ജനങ്ങളെ ഭിന്നിപ്പിച്ചുകൊണ്ട് മേധാവിത്വം നേടാനാണ് അമേരിക്ക പരിശ്രമിച്ചുകൊണ്ടിരിക്കുന്നത്.

പഴയകാല കൊളോണിയൽവ്യവസ്ഥയുടെ പുതിയ രൂപങ്ങൾ ശക്തിപ്പെടുന്നു. അതിനെതിരെ ജനങ്ങളുടെ പ്രതിഷേധവും വളരുന്നുണ്ട്. ഏഷ്യയിലും ആഫ്രിക്കയിലുമുള്ള രാജ്യങ്ങളിൽ ശക്തമായ പ്രതികരണങ്ങൾ രൂപപ്പെട്ടുവരുന്നു. ആഗോളവൽക്കരണം സമാധാനത്തെ തകർക്കുന്നു. പരിസ്ഥിതിയുടെ സന്തുലിതാവസ്ഥയെ തകിടംമറിക്കുന്നു. അന്തരീക്ഷമലിനീകരണം തടയുന്നതിൽ വൻശക്തിരാജ്യങ്ങളാണ് തടസ്സം സൃഷ്ടിക്കുന്നത്. ഇത് കോപ്പൻഹേഗൻ സമ്മേളനത്തിൽ കണ്ടുവല്ലോ. വ്യവസായമലിനീകരണം തടയുന്നതിനും, അന്തരീക്ഷതാപം കുറയ്ക്കുന്നതിനും തീരുമാനമെടുക്കാനാണ് സമ്മേളനം ചേർന്നത്. എന്നാൽ കാലാവസ്ഥാ ഉച്ചകോടി പ്രയോജനമില്ലാതെയാണ് പിരിഞ്ഞത്. ലോകം ഇന്ന് കടുത്ത സാമ്പത്തികപ്രതിസന്ധിയിലേക്കാണ് നീങ്ങിക്കൊണ്ടിരിക്കുന്നത്. അമേരിക്കയിലെ പണമൂലധന രംഗത്തുണ്ടായ തകർച്ചയാണ് ഇതിന്റെ തുടക്കം. മറ്റു യൂറോപ്യൻ രാജ്യങ്ങളിലേക്കും ഇത് വ്യാപിച്ചുകൊണ്ടിരിക്കും.

ലോകത്ത് സമാധാനവും സമൃദ്ധിയുമാണ് എല്ലാവരും ആഗ്രഹിക്കുന്നത്. വിഭവങ്ങൾ വേണ്ടത്രയുണ്ട്. എന്നാൽ അത് എല്ലാവർക്കും ലഭിക്കുന്നില്ല. ചിലർ കൈയടക്കിവച്ചിരിക്കുന്നു. ഒന്നുമില്ലാത്തവരോ അനേകം കോടികൾ. ഈ അവസ്ഥയാണോ നാം ആഗ്രഹിക്കുന്നത്?

സഹായകഗ്രന്ഥങ്ങൾ

1) ലോകചരിത്രം ഒന്നാംഭാഗം

പ്രൊഫ: പി എസ് വേലായുധൻ

2) ലോകചരിത്രം രണ്ടാംഭാഗം

പ്രൊഫ: ഇ ശ്രീധരൻ, കെ പി ദേവദാസ്

3) A short history of the world A-Z

Manered

4) സി അച്യുതമേനോൻ സമ്പൂർണകൃതികൾ (vol.2)

പ്രഭാത് ബുക്ഹൗസ്

5) വിജ്ഞാനമണ്ഡലം

ജനറൽ എഡിറ്റർ

6) കുട്ടികളുടെ എൻസൈക്ലോപീഡിയ

കോശി പി ജോൺ

7) ഇന്ത്യാചരിത്രം കുട്ടികൾക്ക്

ജി ഡി നായർ (ചിന്ത പബ്ലിഷേഴ്സ്)

8) ആഗോളവൽക്കരണത്തിൽനിന്ന് അടിമത്തത്തിലേക്ക്

ഒരു കൂട്ടം ലേഖകർ (ചിന്ത പബ്ലിഷേഴ്സ്)

9) ലോകനവോത്ഥാനം

ഷിജു ഏലിയാസ് (ചിന്ത പബ്ലിഷേഴ്സ്)

10) ഐക്യരാഷ്ട്രസംഘടന-ചരിത്രവും വികാസവും

ജോർജ് കെ അലക്സ് (ചിന്ത പബ്ലിഷേഴ്സ്)

9 789385 045967

Printed by Libri Plureos GmbH in Hamburg, Germany